விந்தையான விடுகதைகள்

2050

முத்துக்குமரன்

சங்கர் பதிப்பகம்
15 / 21, டீச்சர்ஸ் கில்டு காலனி, 2-வது தெரு,
இராஜாஜி நகர் விரிவு,
வில்லிவாக்கம், சென்னை - 600 049.
தொலைபேசி: 044-26502086, 9444191256
email: shankar_pathippagam@yahoo.com
wef: www shankarpathippagam.in & www bookthagam.com

நூல் விவரப் பட்டியல்

நூலின் பெயர்
விந்தையான விடுகதைகள் 2050

உரிமை
பதிப்பகத்தார்க்கு
நூலாசிரியர்
முத்துக்குமரன்

நூல் அளவு
டெம்மி

பதிப்பு ஆண்டு- 2022

ISBN.NO: 978-93-94782-01-3

பக்கங்கள்
220

விலை

வெளியீடு
சங்கர் பதிப்பகம்
15/21, டீச்சர்ஸ் கில்டு காலனி,
2-வது தெரு, இராஜாஜி நகர் விரிவு,
வில்லிவாக்கம், சென்னை - 600 049.
தொலைபேசி: 044 - 2650 2086

வடிவமைப்பு & மேலட்டை
பழனி, வில்லிவாக்கம்.
தொலைபேசி : 8667041889

அச்சிட்டோர்
எம்.கே.கிராபிக்ஸ், சென்னை - 600 021.
தொலைபேசி : 98408 28213

பதிப்புரை

விடுகதை இது மூளைக்கு வேலை கொடுக்கும், அறிவை வளர்க்கும் ஒருவிதக் கல்வி முறை.

குழந்தைகளின் புத்தி கூர்மையையும், திறனாய்வு செய்யும் திறமையையும் வளர்க்கும் அற்புதக் கலை.

விடுகதை கூறி விளையாடுவதில் குழந்தைகளுக்கு விருப்பம் அதிகம். குழந்தைகளுடன் பெரியவர்களும் இதில் கலந்து கொள்வார்கள்.

முதலில் ஒரு குழந்தை விடுகதையைச் சொல்ல, மற்றொரு குழந்தை அதற்கு விடை கூறும். விடை தெரியவில்லை என்றால் அக்குழந்தை மாற்று விடுகதை ஒன்றைச் சொல்லி மடக்க முயலும். முதல் குழந்தைக்கு விடை தெரியவில்லை என்றால் தன் விடுகதையின் விடையைக் கூறி, மாற்று விடுகதையின் விடையைத் தெரிந்து கொள்ளும். இந்த விடுகதை விளையாட்டு மிகப் பழைமையானது.

இந்த விடுகதைகள் எல்லா நாடுகளிலும் எல்லா மொழிகளிலும் உண்டு.

இதுபோன்ற விடுகதைகளைக் கற்றபின் குழந்தைகளே இதுபோன்ற விடுகதைகளைத் தாங்களே உருவாக்கும் திறமையை வளர்க்க வேண்டும். இந்த நோக்கத்திலேயே இன்றைய விஞ்ஞான காலச் சூழலுக்கு ஏற்ற வகையில் பல்வேறு புதுப்புது விடுகதைகளை இந்நூலில் கொடுத்துள்ளோம்.

இந்நூலின் ஆசிரியர் எளிமையாகவும், அதேநேரத்தில் சுவை குன்றாதவகையிலும், இன்றைய நடைமுறைக்கு ஏற்ற விடுகதைகளைத் தந்துள்ளார்.

மாணவர் சமுதாயத்தினர் இந்நூலினை வாங்கிப் படித்து மகிழ வேண்டுகிறோம்.

பதிப்பாளர்

2050

விந்தையான விடுகதைகள் 2050

1. ஆடி ஆடி நடக்கும், அரங்கதிர நடக்கும். அது என்ன?
2. பதுங்கி வருவார் கள்வர் அல்ல; பாய்ந்து பிடிப்பார் காவல்காரர் அல்ல. அவர் யார்?
3. அடிக்கடி தாவுவான் அரசியல்வாதியல்ல. அவன் யார்?
4. நாலுகால் மகாராஜா நூறு வீட்டுக்கும் விருந்துக்குப் போவார். அவர் யார்?
5. தண்ணீர் இல்லாத தடாகத்தில் தாவிப் பாயுது கப்பல், அது என்ன?
6. சுமையும் தாங்கும், உதையும் கொடுக்கும். அது என்ன?
7. குளம்பு சத்தக்காரன் சவாரிக்குக் கெட்டிக்காரன். அவன் யார்?
8. மரம் ஏறும் அண்ணாச்சிக்கு முதுகில் மூன்று சூடு. அது என்ன?
9. தலையில் கிளைகளோடு மருண்டு ஓடுவான். அவன் யார்?
10. தாடிக்கார அரசனுக்கு காடெல்லாம் சொந்தம், அவன் யார்?
11. தந்திரத்துக்கு உதாரணம் ஓசையிலும் தனித்துத் தெரிவான். அவன் யார்?
12. மிகப் பெரிய மீசைக்காரன், சுந்தரவனக் காட்டுக்காரன், சோழனுக்குச் சொந்தக்காரன். அவன் யார்?
13. எதிரியைக் கண்டால் முடியெல்லாம் முள்ளாகும். அவன் யார்?
14. முன்கால் கையாக இருக்கும் குரங்கல்ல, குட்டி

வாழ்வது பையாக இருக்கும். அது என்ன?

15. கருமை நிறத்தில் இருக்கும், யானை போல அசைந்து வரும், ஏரும் உழும், பாலும் கொடுக்கும். அது என்ன?

16. கணுக்கால் நீரில் கரடி நீச்சல் போடுது. அது என்ன?

17. கருத்தப் பாறைக்கு வெறுத்த வேர். அது என்ன?

18. கல்லுக்கடியில் வில்லு. அது என்ன?

19. கரையிலே போகிற கன்னிமார் பெண்களுக்கு முதுகிலே மூன்று சுழி. அது என்ன?

20. கல்லுக்கும் முள்ளுக்கும் அஞ்சாதவன்; பள்ளத்து நீரைக் கண்டு பதைக்கிறான். அது என்ன?

21. கிட்ட இருக்குது பட்டணம்; எட்டிப் பார்க்க முடியவில்லை. அது என்ன?

22. கிணற்றைச் சுற்றி அருகம்புல். அது என்ன?

23. கிணறு நிறைய தண்ணீர் இருக்கு; குருவி குடிக்க தண்ணீர் இல்லை. அது என்ன?

24. கிணத்தைச் சுற்றி வெள்ளைக் கற்கள். அது என்ன?

25. கிளையில்லா சவுக்கு மரம் வெட்ட வெட்ட துளிர்க்கிறது. அது என்ன?

26. கிளை உண்டு; இலை இல்லை. அது என்ன?

27. பட்டாசு வெடித்து, மத்தாப்பு கொளுத்தி, பகட்டாக வருகிறான். அவன் யார்?

28. பறக்கத் தெரிந்தாலும் பறக்க இயலாது. அது என்ன?

29. இருவரும் இருப்பதோ இரு துருவங்கள்; செய்வதோ ஒரே வேலை. அது என்ன?

30. இவனைப் புரட்ட புரட்ட புதுப்புது சொற்களை உரைப்பான். அவன் யார்?

31. வெய்யிலில் ஓடோடி வருவான்; காற்றில் கரைந்து ஓடிடுவான். அது என்ன?

32. வெள்ளைக்கார சீமாட்டி நெருப்பில் கரைந்திடுவாள். அது என்ன?

33. கருப்பு நிறத்தோல், வெள்ளை உள்ளம், இன்சுவைச் சாறு அளித்திடுவான். அவன் யார்?

34. ஆண்டு தொடக்கத்தில் தொந்தியுடன் வருவான்; ஆண்டு முடிவில் வயிறில்லாமல் செல்வான். அவன் யார்?

35. கருப்பு உடம்புக்காரன் மேல் எழுதலாம். அழிக்கலாம், படிக்கலாம். அது என்ன?

36. கொத்தன் கட்டாத கோட்டை; வண்ணான் வெளுக்காத வெள்ளை. அது என்ன?

37. மண்ணிலே பிறப்பான்; மண்ணையே உண்பான்; மண்ணின் தோழன். அவன் யார்?

38. கடல் தாய்க்கும், சூரிய தந்தைக்கும் பிறந்தவன்; எல்லோர் வீட்டிலும் இவன் இருப்பான்.
– அவன் யார்?

39. தண்ணீரில்லா நிலத்திலே தளராமல் வாழுது. அது என்ன?

40. நாம வீட்டில் இல்லை என்பதைச் சொல்லாமல் சொல்வான். அவன் யார்?

41. சுற்றிச் சுற்றி வருவான்; ஆனால் ஓரிடத்திலே நின்று வழிகாட்டுவான். அது என்ன?

42. தழுவினால் சுகம்; தாக்கினால் பயம். அது என்ன?

43. கணத்தில் வந்து போவான்; காட்டுக் கத்தல் கத்துவான். அவன் யார்?

44. கூடக்கூட வருவான் ஈட்டிக்காரன். குரல்கூடத் தரமாட்டான் குறும்புக்காரன். அவன் யார்?

45. மூன்று பெண்ணும் ஒரே முகம். மூத்தப் பெண் ஆற்றிலே; நடுப்பெண் காட்டிலே; கடைசிப் பெண் வீட்டிலே. அவர்கள் யார்?

46. ஆழக் குழி தோண்டி, அதிலொரு முட்டையிட்டு, அஞ்சாறு வருசத்தில் அண்ணாந்து பார்த்தால் தொண்ணூறு முட்டை. அது என்ன?

47. இரவும் பகலும் ஓட்டம்; கரை வரை வந்து ஆட்டம். அது என்ன?

48. உருவத்தில் சிறியவன்; உழைப்பில் பெரியவன்.
அவன் யார்?

49. ஓடுவான், மூடுவான், ஒற்றைக்காலில் நிற்பான்.
அவன் யார்?

50. அடித்த இடத்தில் இருப்பான்; அனைவருக்கும் வழி காட்டுவான். அவன் யார்?

51. பிறப்பும், இறப்பும்
ஒரு மாதத்தில் – அவன் யார்

52. பிறக்கும் போது இருண்டிருக்கும்
பிறந்த பிறகு பிரிந்திருக்கும்! – அது என்ன?

53. பிறை கல்லி, மலை நடக்கும்! – அது என்ன?

54. கடுகு மடிக்க இலை இல்லை
யானை படுக்க இடமுண்டு – அது என்ன?

55. பிறக்கும் போது வால் உண்டு
இறக்கும் போது வால் இல்லை! – அது என்ன?

56. பிடி இல்லாத குடையைத்
தொட முடியவில்லை! – அது என்ன?

57. புரியாத மொழி பேசும்
புவன மெல்லாம் பார்த்து வரும்,
பணம் கொடுத்தால் பறந்துவிடும்
பத்தாயிரம் காதமானாலும் பாய்ந்துவரும்!
– அது என்ன?

58. புதைத்து வைத்த பொருள்
பொத்துக்கிட்டு வருது! – அது என்ன?

59. புட்டுக் கூடை போலப் பூப்பூக்கும்
பறிக்கப் போனால் எட்டாது! – அது என்ன?

60. புகையாய்ப் போக்காளி,
பலருக்குக் கூட்டாளி,
பையில் இருப்பாளி! உடலுக்கு நோயாளி!
– அது என்ன?

61. புற்றை வளைத்து பூரான்! – அது என்ன?

62. நீரிலே பிறப்பான், வெயிலிலே வளர்வான்
நீரிலே இறப்பான் – அவன் யார்?

63. எந்த எழுத்தை எழுதமுடியாது – அது எது?

64. பூவிருக்கப் பிஞ்சு தின்றேன்! – அது என்ன?

65. பூர்ண சந்திரன் வடிவம்,
புட்டுத் தின்ன உதவும்! – அது என்ன?

66. வண்ண வண்ண பட்டுச்சேலைக்காரி
நீல வண்ண ரவிக்கைக்காரி – அவள் யார்?

67. உரச உரச கரைவான்
பூசப் பூச மணப்பான் – அவன் யார்?

68. கீழே வரும் ஆனால் மேலே போகாது – அது என்ன?

69. எல்லையில்லா அழகி
எட்டி நிற்கும் இரும்பையும்
கவர்ந்து தன்பால் இழுப்பாள்! – அவள் யார்?

70. எல்லோருக்கும் கிடைக்காத மதி
எல்லோரும் விரும்பும் மதி! – அது என்ன?

71. எலும்பில்லாத மனிதன்
கணுவில்லாத மரத்தில் ஏறுகிறான்! – அது என்ன?

72. இளமையில் உயரம்
முதுமையில் கட்டை – அது என்ன?

73. என் காளை குட்டைக்காளை
கிட்ட வந்தால் முட்டித்தள்ளும்! – அது என்ன?

74. தலையுண்டு வாலுண்டு உடலில்லை – அது யார்?

75. என் தம்பி சின்னத்தம்பி
ஓடியோடி முள்ளடைக்கிறான்! – அவன் யார்?

76. முகத்தின் மேலே கைகள்
முள்ளைப் போலே கைகள்
ஓடிப்போகும் ஒரு கை தான்
மெல்ல நகரும் மற்றொரு கை! – இது என்ன?

77. முதுகெல்லாம் கூனல்
வயிறெல்லாம் பற்கள்
கதிரைப் பார்த்து விட்டால்
கரித்துக் குவித்து விடும்! – அது என்ன?

78. தலையிலே கிரீடமுண்டு அரசன் அல்ல
தளதளக்கும் மேனியுண்டு குமரி அல்ல
வீதிக்கு வருவதுண்டு விலையு முண்டு
விரும்புகிற பலபேர்கள் உலகில் உண்டு!
– அது என்ன?

79. வாசலில் வண்ணப் பூ வரிவரியாய் அழகுப் பூ
தினந்தினமும் வேறு பூ, தெளிவாகத் தோன்றும்
என்ன பூ?

80. சுருட்ட முடியும் ஒடிக்க முடியாது!
எடுக்க எடுக்க வளரும்
எண்ணெய் கண்டால் படியும்! அது என்ன?

81. வயிறு பெரிது சிறு மடந்தை பல்லோ இல்லை
வாய் சிறிது உதடில்லை பேச மாட்டாள்
அயர்வின்றிக் கொடுப்பதை அகத்தே கொள்வாள்
அன்புடன் சாய்த்தாலும் தரவே மாட்டாள்
சொல்லுமொரு சிக்கனத்தின் சொந்தக்காரி
– அவள் யார்?

82. விதவிதமாய்க் கதை சொல்லும்
வேடிக்கைகள் பல காட்டும்
வேடமிடும் பலர் அங்கே
விதவிதமாய் மாறிடுவார்! – அது என்ன?

83. குச்சி போல இருப்பான்
கூட்டுக்குள்ளே கிடப்பான்
வெளியே இழுத்துத் தேய்த்துப் போட்டால்
விழுந்த இடத்தை எரிப்பான்! – அது என்ன?

84. நீரிலே நீந்திப்போகும் மனிதன் அல்ல
நெடுந்தூரம் போகும் வரும் குதிரை அல்ல
காற்றிலே ஆட்டமிடும் செடியும் அல்ல
கரையேறி நடக்காது முடமும் அல்ல!
– அது என்ன?

85. உடுத்திய சேலை உரித்துப் போட்டு
உப்பைச் சேர்த்து அவித்து விட்டால்
உண்ண உண்ணச் சுவைக்கும் – அது என்ன?

86. கண்ணுக்கு விருந்தாய் கையில் இருக்கும்
கருத்துக்கு விருந்தாய் மனத்தில் ஒலிக்கும்
ஞானத்தைச் சுமந்து நமக்குத் தந்தே
நல்லபடி வாழ்வதற்கு உதவியும் செய்யும்!
– இது எது?

87. எட்டெழுத்து ஊர் அதுவாம்
யார்க்கும் தெரிந்த ஊர் அதுவாம்
முதலும் இரண்டும் அழகாகும்
மூன்றும் நான்கும் பதிலாகும்
ஐந்தும் ஆறும் மணமாகும்
ஏழும் எட்டும் அடிமரமாம்
அந்த ஊர் தான் எந்த ஊர்?

88. வீட்டு வாசலில் தடுக்குப் போட்டாள்
எடுக்க முடியல்லே – அது என்ன?

89. மூணு பெண்ணும் ஒரே முகம்
மூத்த பொண்ணு ஆற்றிலே
நடுப்பொண்ணு காட்டிலே
கடைசிப் பொண்ணு வீட்டிலே! – அவர்கள் யார்?

90. மஞ்சள் பட்டுடுத்தி மடிக்குள்ளே பிள்ளை வைத்து
கடைத் தெருவில் வீற்றிருப்பாள்
கண்டவரை மயக்கும் ராணி! – அவள் யார்?

91. பார்த்தவர் இரண்டு பேர்
எடுத்தவர் ஐந்து பேர்
சாப்பிட்டவரோ ஒரே ஒருவர்! – யார் யார்?

92. பாதாளத்தில் பிறந்தவன்
பம்பரத்தில் சுழன்றவன்
இளம் வெயிலில் காய்ந்தவன்
எரி நெருப்பில் வெந்தவன்
எல்லார் வீட்டிலும் இருப்பவன்! – அவன் யார்?

93. பறக்காத பூப்பந்து
பகட்டான சிறு பந்து
எடுத்து வாயில் போட்டால்
இனித்திருக்கும் தேன் பந்து! – அது என்ன?

94. பத்துப் பேரை வெட்டி
பதினாறு பேரைக் குத்தி
ஐந்துபேரைக் கக்கத்தில் அடக்கி
இரட்டைக் குதிரை மேலேறி
ஏழாம் வீடு தாண்டி எட்டாம் வீடு வா!
– அவை என்ன?

95. படீரென்று வெடிக்கும்
பட்டாசு அல்ல!
பறந்து விரைந்து போகும்
விமானமும் அல்ல! – அது என்ன?

96. நெட்டை குட்டை
பட்டப்பகல் எனக்குப் பகை
அடித்தால் போகேன்
நின்றால் நிற்பேன்
நடந்தால் நடப்பேன்! – நான் யார்?

97. தொட்டால் பிடித்துக் கொள்ளும்
ஆனால் பசையுமல்ல!
விட்டால் விளக்கை எரிக்கும்
எண்ணெயும் அல்ல! –அது என்ன?

98. திடுதிடுமென மழை பெய்ய
திட்டியெல்லாம் வெள்ளம் பாய
நான்கு ஊர் ராஜாக்கள்
நனையாமல் வருவார்கள்! – இவர்கள் யார்?

99. பச்சைக் கிளி, பறக்க முடியாத கிளி
கொம்பிலே இருக்கும் குள்ளக்கிளி! – அது என்ன?

100. பச்சைச் செடியில்
தயிர்ச்சாதம்! – அது என்ன?

101. பச்சைக் கோழிக்குப்
பச்சை முட்டை பொரிச்சா
வெள்ளைக் குஞ்சு! – அது என்ன?

102. பச்சைச் சேலைக்காரி பகட்டுக்காரி
இச்சைப் பட்டால் என் வீட்டுக்காரி
தொட்டால் கோபக்காரி,
விட்டால் மோசக்காரி! – அது என்ன?

103. பச்சைக் கதவு
வெள்ளை சன்னல்
உள்ளே கறுப்பு ராஜா! – அது என்ன?

104. பகட்டானது பார்வைக்கு வெளுப்பு!
பதமானது வாய்க்குச் சிவப்பு!
பாரில் எரிந்த பூ என்னபூ

105. பகலில் சுருட்டிக் கிடப்பாள்,
ராத்திரியில் விரித்துக் கிடப்பாள்,
பட்டப் பகலிலும் கூப்பிட்டாள் வருவாள்,
படுத்து அனுபவித்தால் சுகமும் தருவாள்!
– அவள் யார்?

106. பதுங்கி வருவார் கள்வர் அல்ல
பாய்ந்து பிடிப்பார் போலீஸ்காரர் அல்ல!
– அவர் யார்?

107. பகல் எல்லாம் பட்டினி கிடப்பாள்
பிள்ளைக்கும் பால் கொடுப்பாள்
இரவெல்லாம் இன்பம் அடைவாள்
விடிந்தவுடன் விசனம் அடைவாள்! – அவள் யார்?

108. பகலிலே வெறுங்காடு
இரவெல்லாம் பூக்காடு – அது என்ன?

109. பாலில்லாமல் பருக்கிறது
நோயில்லாமல் இளைக்கிறது! – அது என்ன?

110. பாளை போல் பூப்பூக்கும்
பார்த்தவர் விரும்பும் பூ!
தலையில் சூடாத பூ
– என்ன பூ?

111. பார்ப்பதற்கு ஐந்து கால்
எண்ணுவதற்கு நாலு கால்! – அது என்ன?

112. பார்த்தால் பார்க்கும், சிரித்தால் சிரிக்கும்
குத்திப் பார்த்தால் பத்துச்சில்லாம்! – அது என்ன?

113. பாதுகாப்பான பெட்டிக்குள் பாக்கு
எண்ணவும் முடியாது! எடுக்கவும் முடியாது!
– அது என்ன?

114. பார்ப்பதற்கு உருவம் உண்டு
எடுப்பதற்கு உடல் இல்லை – அது என்ன ?

115. பார்த்தால் கல் தான்
பல் பட்டால் தண்ணீர்தான்! – அது என்ன?

116. பாறையின் மேல் கோரை
கோரைக்குள்ளே ஒருவன்! – அது என்ன?

117. பாறை மேல் இட்ட விதை
பார்ப்பவர் வியக்க முளைத்த விதை!
– அது என்ன?

118. பானை சிவப்பு அதன் மூடி கருப்பு
உள்ளே தினைச்சாதம்!
– அது என்ன?

119. பாட்டுப் பாடும், வாய் பேசாது
பார்த்துக் கொண்டிருக்கும் கண் இமைக்காது!
– அது என்ன?

120. பாதாளத்தில் பிறந்தவன்,
பம்பரத்தில் சுழன்றவன்,
இளம் வெயிலில் காய்ந்தவன்,
எல்லோர் வீட்டிலும் இருப்பவன்! – அவன் யார்?

121. பாட்டுப் பாடி வருவார் பரதேசி அல்ல,
பட்டென்று சாவார் பாம்பும் அல்ல!
– அது என்ன?

122. பாங்காய் இருப்பாள்
பட்டென்று போவாள்! – அவள் யார்?

123. குடிக்க உதவாத நீர்
குளத்தில் தங்காத நீர்
கைகால் தொடாத நீர்
காடெல்லாம் ஓடும் நீர்! – அது என்ன?

124. காலையில் கோட்டை கட்டி
கடும்பகலில் யுத்தம் செய்து
மாலையில் விரித்துப் போடும்
மகாவீரன் அவன் யார்?

125. காயும் காய்க்கும்
பூவும் பூக்கும்
கையை நீட்டினால்
குத்தியும் கிழிக்கும்! – அது என்ன?

126. *காய் கச்சக பிச்சக!*
பூ மஞ்சக பிஞ்சக!
கொடி சன்னக பின்னக! – அது என்ன?

127. *ஓடோடும் சங்கிலி*
உருண்டோடும் சங்கிலி
பள்ளத்தைப் பார்த்தால்
பாய்ந்தோடும் சங்கிலி! – அது என்ன?

128. *எருக்க முள் தைத்தால்*
பொறுக்க முடியலை
காட்டுப் புளியங் கொட்டையைக்
கடிக்க முடியலை
கம்மவார் வெற்றிலையை
மடிக்க முடியலை! – அவை என்ன?

129. *எண்ணெய் இல்லா விளக்கு*
எலக்ட்ரிக் விளக்கல்ல!
அது கண்ணைப் பறிக்கும் விளக்கு
கடையில் வாங்கா விளக்கு! – அது என்ன?

130. *எட்டுக் கால் ஊன்றி, இருகால் படமெடுத்து*
வட்டக் குடை பிடித்து
வருகின்ற அழகினைப் பார்! – அது என்ன?

131. *எங்கள் வீட்டுத் தோட்டத்திலே*
காய்ச்சுக் கிடக்குது ஓரத்திலே
எடுத்து எடுத்து நறுக்கினால்
எட்டுக் கல்லுத் தோடுதான்! – அது என்ன?

132. *ஊருக்கு மேற்கே ஆல்*
ஆல் நிறையக் கூடு
கூடு நிறைய முட்டை
எல்லாம் கறுத்த குஞ்சு! – அது என்ன?

133. *ஊர்க் கோடி போனேன்*
மலைப்பாம்பைக் கண்டேன்
இரும்பாலே அடித்தேன்
வெகுதூரம் போயிற்றே! – அது என்ன?

134. உழவுண்டு விளைச்சலில்லை
உயிர் உண்டு பேச்சில்லை
கன்றுண்டு கறவையில்லை
பூ உண்டு மணமில்லை! – அவை என்ன?

135. உழவன் விதைக்காத விதை
கொத்தன் கட்டாத கட்டிடம்
வண்ணான் வெளுக்காத வெள்ளை
சிற்பி செதுக்காத கல்! – அது என்ன?

136. உப்பு பூத்த மலைமேல்
உருண்டைக் கல்லு கிடக்குதாம்
வெள்ளை மாடும் கறுப்பு மாடும்
வேண்டும் படி மேயுதாம்
உருண்டைக் கல்லைக் கண்டவுடன்
ஊற்று நீரும் சுரக்குதாம்! – அது என்ன?

137. உண்டதை நினைப்பான்
உதையை மறப்பான்
உயிரைக் கொடுப்பான்
வழியும் நடப்பான்! – அவன் யார்?

138. இருப்பது இரண்டு கால்
ஓடுவது குதிரை வேகம்
இறக்கை உண்டு பறக்காது! – அது என்ன?

139. இராமனும் அரசு செய்வான் அயோத்தியல்ல!
இராவணனும் சண்டை செய்வான் இலங்கை
அல்ல! – அது என்ன?

140. ஆற்றோரம் பிறந்து அழகழகாய் விரிந்து
சந்தைக்கு வந்து மாமன் வாங்கிப் போனால்
மங்கை சிரிப்பாள். – அது என்ன?

141. காவலுக்கு வேலியாகும்
காலடிக்கு எதிரியாகும் – அது என்ன?

142. உள்ளே இருந்தால் ஓடித் திரியும்,
வெளியே வந்தால் விரைவில் மடியும்
– அது என்ன?

143. சேர்த்து வைத்துக்கொள் என்றால் கேட்காது
அவ்வப்போது வேண்டுமென்று அடம்பிடிக்கும்
– அது என்ன?

144. பகல் முழுவதும் மைதானம்
இரவெல்லாம் மலர் விதானம் – அது என்ன?

145. தாய் அசையாமல் படுத்திருப்பாள்
அவள் மேலே மகள் அங்கும் இங்கும் உருளுவாள்.
– அது என்ன?

146. வெள்ளை அரக்கன் தலை போலே
விலைக்கு வந்திருக்கும்
வாசலிலே கட்டி வைத்தால் திருஷ்டி வராது
– அது என்ன?

147. அமைதியான பையன்
ஆனால் அடிக்காமலே அழுவான்
– அவன் யார்?

148. தண்ணியிலே பிறந்ததை எடுத்து வந்து
தணலிலே போட்டு வேக வைத்து
தண்ணியைத் தெளிச்சா வெண்ணெயாகும்
– அது என்ன?

149. பகலவனைக் காணாமல்
பத்தினியாள் சிரிக்கலே
பவள இதழ் விரிக்கலே
பார்க்க முகம் மலரலே – அது என்ன?

150. ஈராறு சேர்ந்தால் ஒன்றாகும்
முப்பதைக் கூட்டினால் ஒன்றாகும்
ஏழைக் கூட்டினால் ஒன்றாகும்
அறுபதைக் கூட்டவும் ஒன்றாகும் – இது என்ன?

151. மூலையில் நிற்கும் முத்துக்களைக் கொண்டிருக்கும்
அசையாது ஆடாது! இது இல்லாத
உழவனின் வீடே உலகில் இருக்காது!
– அது என்ன?

152. பலத்தில் மிகுந்த யானை கூட
பார்த்தால் நடுங்கும் அஞ்சி
நிலத்தில் பிறக்கும் செடியாகும்
நிறத்தில் மஞ்சள் பூ பூக்கும்
காய்கள் எல்லாம் முள்ளாகும்
– இதன் பெயர் என்ன?

153\. எண்ணெயும் வேண்டாம் எதுவுமே வேண்டாம்
எண்ணமிருந்தால் எங்கும் போகலாம்
காலால் மிதித்தே காதவழி போகலாம்
– அது என்ன?

154\. காகிதம் வருமுன்னே
கவிதை வளம் எல்லாம்
காப்பாற்றித் தந்த இதைக்
காப்பாற்ற மறந்து விட்டார் – இது என்ன?

155\. சருகைக் கொண்டு வந்து
வீடு பெருக்கியை ஒடித்துத் தைத்து
பத்திரமாய் விருந்துக்குக் கொண்டு வந்தேன்
விருந்து முடிந்தவுடன் வீதியில் வீசி விட்டேன் –
இது என்ன?

156\. வீராதி வீரனெல்லாம்
சூராதி சூரனெல்லாம்
தலைவணங்கிச் செல்லுமிடம்
தரணியில் ஓரிடந்தான் – அது எந்த இடம்?

157\. பார்வைக்கு அழகுதான்
பக்கம் வந்தால் அச்சந்தான்
முத்தம் ஒன்று வைத்துவிட்டால்
முடிந்து போகும் உயிரும் தான்! – இது என்ன?

158\. வட்ட வடிவத்தட்டு
வகை வகையாய் வந்திருக்கு
பெட்டியில் வைத்து முள்ளை ஓட்டினால்
பேசுது பாடுது அந்தத் தட்டு – இது என்ன?

159\. கொடிக்கு மேலே கொத்துக் கொத்தாம்
கொஞ்சிச் சிரிக்கும் சின்னக் கொத்தாம்
சின்னக் கொத்து இதழ் விரித்தால்
தேசமெங்கும் நறுமணமாம்
கன்னிப் பெண்கள் விரும்புவார்
காதல் மனைவி விரும்புவாள்
மாலை நேரம் பூத்திருக்கும்
மணத்தால் மயக்கி ஆண்டிருக்கும் – என்ன அது?

160\. முள்ளால் நிறைந்த சட்டையைப் போட்டு
உள்ளே தேன்சுளை பதுக்கியே வைத்துக்

கள்ளத் திருடன் கடை வீதி வந்தான்!
– அது என்ன?

161. பிறப்போடு வந்த இது
இறப்போடு நின்று விடும் – இது என்ன?

162. தலைக்கனம் அதிகமிருக்கும்
தயிரை அடித்து மோராக்கும்
வெந்ததை மசிய வைக்கும் – இது என்ன?

163. அஸ்திவாரம் இல்லாத கட்டிடம்
ஆழ் கடலில் நீந்துகின்ற கட்டிடம்
ஆட்களையும் பொருள்களையும் சுமந்து
நெடுந்தூரம் போகும் கட்டிடம் – இது என்ன?

164. ஒரே வயிற்றில் பிறந்தாலும்
ஒருவன் ஓடுவான் ஒருவன் நடப்பான்
– அவன் யார்?

165. தொடாமல் அலருவான்
தொட்டால் பேசுவான் – அவன் யார்?

166. தண்ணீரில் போட்டு வைத்தால்
சட்டை கழற்றி வெள்ளை நிறமாகும்
அரைத்து உணவாக்கினால் அதிகச் சுவையாகும்
– அது எது?

167. இரட்டைப் பிறவி எடுத்து
இரவு பகல் எல்லாம்
இடத்தை விட்டுப் பெயராமல் இருந்து
அட்டகாசமானவனைச் சுமந்து
அங்கங்கே இணைந்து
பிரிந்து செல்லும். – இவர்கள் யார்?

168. செக்கச் சிவந்த பொண்ணு சந்தைக்கு வந்தா
விலை கொடுத்து வாங்கி வீட்டுக்கு வந்தேன்
பட்டுச் சேலையை பட்டென்று உரிய
சட்டென்று கண்ணீர் நீர் தானாக வந்ததே.
– இவள் யார்?

169. அடியிலுள்ளவன் அடக்கமாயிருப்பான்
மேலே உள்ளவன் நறுக்கென்று கடிப்பான்
கமுகின் மகளைக் கண்ட துண்டமாக்குவான்
– இவன் யார்?

170. மூச்சுவிடுபவன் இவன்
இவனில்லா முகமோ அழகு இல்லை
இவனுக்கு நோய் வந்தால்
எப்போதும் 'ஆ...ச்சு 'ஆ...ச்சு' – இவன் யார்?

171. தாத்தா பாட்டி சாப்பிட முடியாத பலகாரம்
பார்வைக்கு அலங்காரம்
பல்லுக்குச் சவால் – அது என்ன?

172. புதரின் நடுவே பொன் போலப் பூத்து இருக்கும்
பொய் சொன்ன பூ என்று புராணக் கதை கூறும்
– இது என்ன பூ?

173. இதனை அழகுப்பெண் இதழ்கள் என்பார்
பள்ளிப் பிள்ளைகள் பலகையில் தேய்ப்பார்
பழமானால் பறித்துத் தின்பார் – இது என்ன?

174. மஞ்சள் பச்சை நிறமுண்டு
எந்த வகையானாலும் ஒரே பெயர்
எல்லோரும் விரும்பும் பழம்
ஏழைகள் வாங்கும் பழம் – இது என்ன பழம்?

175. சதையும் தோடும் ஒட்டாமல்
தானே விளங்கும் இப்பழந்தான்
ஒட்டி உறவாடாமல் வாழ்வீரென
உலகிற்கு உணர்த்தும் நீதிதனை – இது என்ன?

176. இவ்வளவுண்டு சிற்றுண்டி
வயிற்றைப் பிதுக்கினா செத்தாண்டி! – அது என்ன?

177. உலகுக்கெல்லாம் ஒரே துப்பட்டி! – அது என்ன?

178. உருவத்தில் சிறியவள்
உழைப்பில் பெரியவள் – அவள் யார்?

179. உமிபோல் பூ பூக்கும்
சிமிழ்போல் காய் காய்க்கும் – அது என்ன?

180. உடல் உண்டு தலை இல்லை
கை உண்டு கால் இல்லை
தானாகவே ஓடும்! – அது என்ன?

181. உச்சாணிக் கொம்பில்
உரல் கட்டித் தொங்குது! – அது என்ன?

182. உச்சியில் பச்சைத் தோகை
உள்ளங்காலில் ரோமம்! – அது என்ன?

183. உச்சியிலே பூ முடிவாள்
அணங்கும் அல்ல!
உயரப் போய்த் தொங்குவாள்
வௌவாலும் அல்ல! – அது என்ன?

184. உச்சிக் கிளையிலே ஒரு முழக் குச்சி
ஊசல் ஆடுதே! – அது என்ன?

185. உலர்ந்த கொம்பிலே
மலர்ந்த பூ – அது என்ன?

186. உன்னை ஒருத்தன்
பிடித்திருக்கிறான்! – அது என்ன?

187. வெள்ளை ஆடை உடுத்திய
மஞ்சள் மகாராணி – அவள் யார்?

188. உயிர் இல்லாப் பறவை
ஊர் ஊராய்ப் பறக்கிறது! – அது என்ன?

189. காற்றிலே கரைவேன்
தீயிலே எரிவேன்
தெய்வமுகம் காட்டுவேன் – நான் யார்?

190. உக்காந்தா பேசுறான்
நின்னாப் பேசமாட்டான்! – அவன் யார்?

191. உச்சியில் குடுமியுண்டு, மனிதர் அல்ல;
உடம்பெல்லாம் ரோமமுண்டு, குரங்கும் அல்ல;
உருள் விழிகள் மூன்றுண்டு, சிவனும் அல்ல!
– அது என்ன?

192. நீர் இல்லா ஆறு எது?
போட முடியாத கோலம் எது?

193. ஊளை மூக்கன் சந்தைக்குப் போறான் – அது
என்ன?

194. ஊரெல்லாம் வம்பளப்பான்
ஒரு அறையில் அடங்குவான்! – அவன் யார்?

195. ஊசி போட்ட வைத்தியர்
ஊமைபோல் பேசுகிறார்! – அவர் யார்?

196. ஊசி மூக்கன், உள்ளங்கை தட்டையன்,
ஊரெங்கும் செல்லப்பிள்ளை! – அது என்ன?

197. ஊசிபோல இலை இருக்கும்
உருத்திராட்சம் போல் காய்காய்க்கும் – அது என்ன?

198. என்னைச் சுற்றி தீ! – நான் யார்?

199. என் தாயோ கடல், தந்தையோ, சூரியன்
என்னை விரும்பாத வீடே இல்லை – அது என்ன?

200. எள்ளினும் சிறிய இலை
என்ன இலை?

201. எழுந்திரு குண்டா
ஊருக்குப் போகலாம்! – அது என்ன?

202. என்னைச் சுற்றி ஒரு கோட்டை இருக்கிறது.
நான் கிட்டப்போனால் அது எட்டப் போகும்
– அது என்ன?

203. என்னோடு இருக்கும் சிறுமணி
எனக்குத் தெரியாது
ஆனால் உனக்குத் தெரியும்! – அது என்ன?

204. என் தங்கச்சி சின்னத்தங்கச்சி
என்ன வச்சாலும் சுமப்பாள்! அவள் யார்?

205. எரிப்பவன் ஆனால் எரியாதவன் – அவன் யார்?

206. எந்தத்தாளம் எல்லாவற்றிற்கும் அடி?

207. எருக்க இலை பழுப்பது ஏன்?
எருமைக் கன்று சாவது ஏன்?

208. என் குதிரை கறுப்புக் குதிரை
குளிப்பாட்டினால் வெளுப்புக் குதிரை – அது
என்ன?

209. எலும்பு இல்லாத மனிதன்
கிளை இல்லாத மரத்தில் ஏறுகிறான்! – அது
என்ன?

210. எல்லோர் வீடும் சாத்திக் கிடக்க
கங்கையம்மன் கோயில் திறந்து கிடக்குது! – அது
என்ன ?

211. எந்தக் குட்டிக்கு வால் இல்லை?

212. எந்த எழுத்து ஏட்டில் இல்லை?

213. எட்டு மொட்டெலும்பு
ஒரு கூடை சிறுகுடல்! – அது என்ன?

214. எட்டி நின்று பார்ப்பான்
பெட்டியில் போட்டுக் கொள்வான்! – அவன் யார்?

215. எங்கள் மாட்டுக்கு மூன்று கொம்பு
அது பின்னால் பாயும்! – அது என்ன?

216. எங்கள் அம்மா புடவையை மடிக்க முடியாது
எங்கள் அப்பா பணத்தை எண்ண முடியாது –
அது என்ன ?

217. எங்கம்மா சின்ன அம்மா
சேலை கட்டாத பொன்னம்மா! – அது என்ன?

218. எவர் கையிலும் சிக்காத கல்,
எங்கும் விற்காத கல் – அது என்ன?

219. எங்க ஆயா வீட்டுத் தோட்டத்திலே
ஐந்து வாழை மரங்கள்
அவைகளை ஆட்டினாலும் ஆடும்
ஆனால் பிடுங்க முடியாது! – அது என்ன?

220. எங்கள் அப்பன், ஊர் சுற்றி;
எங்கள் அம்மாள், குந்தாணி! – அது என்ன?

221. எங்காத்துக் கொல்லையிலே மொட்டையாண்டி
எட்டி எட்டிப் பார்க்கிறான்! – அது என்ன?

222. எடுத்துக் கிழித்தால் நெருப்பு
இல்லாவிட்டால் இருப்பு! – அது என்ன?

223. மழையோடு வருகிறது மஞ்சள் புறாவை வெட்டினால்
ஒரு சொட்டு ரத்தம் கூட வராது – அது என்ன?

224. செய்தி வரும் பின்னே
மணி ஓசை வரும் முன்னே – அது என்ன?

225. எலும்பு இல்லாத மனிதன்
எட்டு ஆறு நீந்துவான்! – அவன் யார்?

226. எங்கள் கன்றுக்குட்டி
இங்கிலீஷ் கன்றுக்குட்டி
தண்ணீர் பட்டால் செத்துப் போகும்!
– அது என்ன?

227. ஏறும் சங்கிலி இறங்கும் சங்கிலி
கொட்டாம் பெட்டி முடையும் சங்கிலி!
– அது என்ன?

228. ஊசி நுழையாத காட்டில்
ஒரு துரை போகிறான்! – அவன் யார்?

229. ஏழு கறியும் சோறும் ஆக்கியிருக்கு
இலையை எடுத்து விட்டு உண்ண வேணும்!
– அது என்ன?

230. ஏற முடியாத மரத்திலே
எண்ணாயிரம் காய்கள்! – அது என்ன?

231. ஏரித் தண்ணீர் வற்ற வற்ற
எருமைக் கடா உப்ப உப்ப! – அது என்ன?

232. ஏழுமலைக்கும் அந்தாண்ட
எருமைக்கடா கத்துது! – அது என்ன?

233. ஏறினால் வழுக்கும்,
இனிய கனி தரும்
காயைத் தின்றால் துவர்க்கும்! – அது என்ன?

234. ஏய் மாமா என்னைப் பாரு!
ஒசக்கே ஏறு, கீழே தள்ளு
மூன்றையும் தண்ணியைக் குடிச்சது போலக் குடி!
– அது என்ன?

235. வாய் வழியாய் நூல் எடுப்பான் வித்தைக்காரனல்ல
வலைவிரித்து வாழ்ந்திடுவான் வேடனல்ல
வகைவகையாய் உயிர்குடிப்பான் எமனுமல்ல
– அது என்ன?

236. என்றும் வற்றாத தண்ணீர் எது?
என்றும் அழியாத பந்தல் எது?

237. வாய்க்கால் கரை ஓரம்
வகைவகையாய் ஆட்கள் அங்கே
செத்துப் போனவனைக் காட்டிச்
சாகப் போகிறவனைப் பிடிக்கின்றார்! – அது
என்ன?

238. வெள்ளை மாடு கறுப்பு மாடு
இரண்டையும் குளிப்பாட்டக் கொண்டு போனான்

தேய்த்துக் குளிப்பாட்டி நீரோடு
விட்டு வந்தான் கறுப்பு மாட்டை,
வெள்ளை மாடு மிச்சம்! அவை என்ன?

239. பக்குவமாய்ப் பகைவரையே கொன்று வீழ்த்தும்
தக்கபடி வனவிலங்கை வேட்டையாடும்
தனி வழிக்குத் துணையாகும் காவலாகும்
– அது எது!

240. அக்காள் சப்பாணி
தங்கை நாட்டியக்காரி
இந்த இருவரும் இல்லாவிட்டால்
கிராமத்தில் எந்தக் குடும்பமும் நடக்காது
– அவர்கள் யார்?

241. அக்காள் விதைத்த முத்து
அள்ள முடியாத முத்து
வாசலிலே முத்து, வாரமுடியா முத்து! – அது என்ன?

242. அந்தத் தாய்க்கு ஐம்பது குஞ்சுகள்
ஐம்பதின் வாயிலும் நெருப்புச் சுடர் விடும்! –அது என்ன?

243. கடை வீதி செல்லும்போது. யானை கண்டேன்
அரண்மனை மைதானத்தில் சேனை கண்டேன்
அங்கமர்ந்த முத்தரசர் தன்னைக் கண்டேன்
கொடித் தேரும் பரிமாவும் கூடக் கண்டேன்
அங்கிருவர் எதிர் நின்று வெட்டக் கண்டேன்!
– அது என்ன?

244. அச்சு இல்லாத சக்கரம்
அழகு கூட்டும் சக்கரம்
விதவிதமாம் சக்கரம்
விலைக்குக் கிடைக்கும் சக்கரம்! – அது என்ன?

245. வகைவகையாய் உணவு
வந்தவர்க்கெல்லாம் விருந்து
உனக்கு மட்டும் இன்றைக்குத்தான்
வாய்க்கும் கைக்கும் ஓய்வு! – என்றைக்கு?

246. அடங்கிக் கிடப்பான்
திடீரென்று அலறி அலறிக் குரல் கொடுப்பான்
எடுத்துக் காதில் வைத்தாலோ
பட்டனைத் தட்டி நின்றாலோ
ஏதோ சொல்லிக் கதை அளப்பான்! – யார் அது?

247. அடி அடி என்று அடித்து
உரி உரி என்று உரித்து
உள்ளிருப்பதை வைத்துக் கொண்டு
வெளியே இருப்பதை எறிந்து விடலாம்! – அது என்ன?

248. அடித்து வைத்த இடத்தில்
ஆடாமல் அசையாமல் இருக்கும்
அனுதினம் பார்க்கப் பார்க்க
ஆயுள் நாளைக் குறைக்கும்! – அது என்ன?

249. அக்காள் வீட்டுக்குள் தங்கை போகலாம்
தங்கை வீட்டுக்குள் அக்காள் போக முடியாது
அவை என்ன?

250. அங்க முத்து தோட்டத்திலே
தொங்கு முத்துத் தொங்குது
அதையெடுத்து வாயில் போட்டால்
அடி வயிறும் எரியுது! – அது என்ன?

251. அங்கே சிலுப்புவாள்
இங்கே சிலுப்புவாள்
வீடு முழுவதும் ஆடிய பின்னே
கதவிடுக்கில் பதுங்கிக் கொள்ளுவாள்! – அது என்ன?

252. கொடிகள் பறந்துவரக்
கோடி மக்கள் கூடவர
ஆறு சக்கரம் உருண்டு வர
அங்கே பலரும் இழுத்து வர
நாதசுரம் ஊதி வர
நல்லவர்கள் பாடி வர
வீதியிலே அசைந்து வரும்
– அது என்ன?

253. அட்டைக்கு ஆயிரம் கண்கள்
முட்டைக்கு மூன்று கண்கள்
துணி இணைக்கும் துரை மகனுக்கோ
ஒரே கண்தான்! – அவை என்ன?

254. அடர்ந்த காட்டின் நடுவே
ஒற்றையடிப் பாதை
ஆரும் நடக்காப் பாதை
அழகு சேர்க்கும் பாதை! – அது என்ன?

255. அக்காள் வீட்டில் விளக்கேற்றினால்
தங்கை வீட்டில் தானே எரியும்! – அது என்ன?

256. கண்கள் பல உண்டு
பார்க்க வழி இல்லை
கால்களும் நாலு உண்டு
நடக்க வழி இல்லை – என்ன இது?

257. வெற்றுத் திரையில் விதவிதக் கோலங்கள்
எட்டத்தில் நடப்பதைக் கிட்டத்தில் காட்டும் –
அது என்ன?

258. அட்டைக்கரிப் பெண்ணுக்கு
உச்சந்தலை மஞ்சள்
ஆவியிலே வேக வைத்தால்
வீதிவரை மணப்பாள் – அது என்ன?

259. அடர்ந்த கருக்கு இருட்டில்
அடக்க ஓர் ஆளில்லாமல்
தானாகத் திரிகின்றான்! – அவன் யார்?

260. அடி அடி தென்னஞ் சோலை
அதிலே பலர் இருப்பார் காவல்
காவலை மீறி இங்கே எப்படி வந்தாய்
அதல பாதாளத்தில் அரண்மனையில்
நான் இருக்கேன்; சுரங்க வாசல்
திறந்து கொண்டு சொகுசாக ஓடி வந்தேன்! – அது
என்ன?

261. உடல்மீது ஓடுண்டு ஆமையல்ல!
உள்ளமோ வெள்ளையது வெண்ணையல்ல
நல்லதற்கும் கெட்டதற்கும்
நாயகனாய் முன்னே நிற்கும்! – அது என்ன?

262. அடி மத்தளம் இலை பர்வதம்
குலை சிறிது காய் துவர்ப்பு
பழம் தித்திப்பு! – அது என்ன?

263. அடுக்கடுக்காய் அடுக்கியிருக்கும்
ஆயிரங்கால் மண்டபம்
கொக்கியாய் வளைந்திருக்கும்
குதிரைக்கால் மண்டபம்! – அது என்ன?

264. அடித்தால் விலகாது
அணைத்தால் நிற்காது! – அது என்ன?

265. முட்டையிடும் குஞ்சு பொரிக்காது!
கூட்டில் குடியிருக்கும் கூடு கட்டத் தெரியாது
குரலில் இனிமையுண்டு சங்கீதம் தெரியாது! –
இது என்ன?

266. அண்ணன் தம்பி ஐவர்
அண்ணன் ஆதரவு தராவிட்டால்
தம்பிமார் செயல்பட மாட்டார்கள்! –
அவை என்ன?

267. அண்ணனைக் கண்டாலே வெறுப்பு
தம்பியைக் கண்டாலோ சிரிப்பு
அண்ணனோ எப்போதும் நெருப்பு
தம்பியோ எப்போதும் குளிர்ச்சி! – அவை என்ன?

268. அத்தான காட்டுக்குள்ளே
அண்ணன் குடைபிடித்து நிற்கிறான்
ஆயுள் குறைந்தவன்
அடுத்த நொடி மறைந்திடுவான்! – அவன் யார்?

269. மத்தளமில்லை மேளம் இல்லை
எடுப்பார் இல்லை அடிப்பார் இல்லை
ஆனால் சத்தமோ கிடுகிடுக்கும் – அது என்ன?

270. அந்தாரமான கானகத்தில்
ஆனை வீரிடுகிறது – அது என்ன?

271. அந்தரமான குகையிலே
சுந்தரமான பெண் ஆடுகிறாள் – அவள் யார்?

272. வானத்திலே குளமில்லை
ஆனால் ஓட்டையாகி ஒழுகுது – அது என்ன?

273. அந்த வீட்டுக்கும் இந்த வீட்டுக்கும்
டப் டப் – அது என்ன?

274. அந்தி கிழக்கே
அதிகாலை மேற்கே – அது என்ன?

275. அந்திமான் குளத்திலொரு
மான் வந்து மேயுது
அடியடா பிடியடா
குத்தி வளையடா
கூப்பிடாமல் விழுங்கடா – அது என்ன?

276. ஒரே ஒரு அப்பம் சுட்டு ஊருக்கெல்லாம்
பரிமாறுகிறாள் – அது என்ன?

277. நான் அழகானவள்
என்னை யாரும் சூடுவதில்லை
ஏனென்று சொல்லுங்கள் சூரியரே
– அது என்ன?

278. அப்பனே பறங்கிக்காயே,
அடுப்பில் ஏறினாயே
ஏறி இறங்கினாலும்
என்னை நீ மறந்திடாதே – அது என்ன?

279. அம்மா! அம்மா! எங்கே போகிறாய்?
நேற்றுக் கழுத்தறு பட்டவனைப்
பிழைக்க வைக்கப் போகிறேன்! – அது என்ன?

280. அம்மா படுத்திருப்பாள்
மகள் ஓடிக் கொண்டிருப்பாள் – அவர்கள் யார்?

281. அம்மிக்குழவிப்போல் பூப்பூக்கும்
அரிவாள் பிடிபோலக் காய் காய்க்கும்
– அது என்ன?

282. தொட்டால் மென்மை, முகர்ந்தால் மணம்
செடி பட்டால் போச்சு குருதி – அது என்ன?

283. அரக்கன் தலை
அந்தரத்தில் தொங்குது – அது என்ன?

284. அரக்குப் பட்டு, அழகான பட்டு,
கண்டவர் கண் பட்டு,
கலங்குதய்யா சின்னப்பட்டு – அது என்ன?

285. அரிசிப் பணத்துக்கு ஒரு படி
ஆக்கித் தின்ன ஆள் இல்லை! – அது என்ன?

286. அரிசி போல் பூப்பூக்கும்
அம்மாடி என்ற காய் காய்க்கும் – அது என்ன?

287. அரிசியை மாவாப் பண்ணுவதெப்படி?
தமர்கள் புத்தி சொல்லுவதெப்படி?

288. அரியலூர் தாதி, அதிகப் பிள்ளைக்காரி
பாலில்லாமல் பிள்ளை வளர்ப்பதில்
பலே கெட்டிக்காரி – அது என்ன?

289. அரிவாள் போல் இலைவிடும்,
கவரிமான் போல் பூப்பூக்கும்,
தின்னுகிற பழம் பழுக்கும்,
தின்னாத காய் காய்க்கும் – அது என்ன?

290. அருணகிரி திருணகிரி மேடை
அறுநூற்றுக் காதவழி கற்பூர வாடை
இதை விடுவித்தவருக்குப் பூவினால் மாலை!
– அது என்ன?

291. அருமைப்பிள்ளை வால் தடுக்கினால்
அற்பப் பிணங்கள் எல்லாம் கூத்தாடும்
– அது என்ன?

292. அரைகிற ஆலை தன்னில்
அடைந்துக் கிடக்கும் ஒரு பாம்பு!
அசைந்து புரண்டு உழன்றாலும்
அகப்படல் சற்றேனுமில்லை – அது என்ன?

293. அரைக்கீரை சிறுபாத்தி
அழகுண்டு மணமில்லை! – அது என்ன?

294. அரைத்தது முளைக்கும்
பொரித்தது நடக்கும்! – அவை யாவை?

295. அரைப் பணத்துக்குப் பொண்டாட்டி கட்டி
அடிக்கப் போனால் சிரிக்க வருகிறாள்!
– அவள் யார்?

296. அலறிக் கூப்பிடுவான்
அசந்தால் அடங்கிவிடுவான் – அவன் யார்?

297. அலை அலையாய் ஆடிவரும்
கடலும் இல்லை
நிலையாக நிலைத்திருக்கும்
நிலவும் இல்லை! – அது என்ன?

298. அலை கடலும் சிறு கடலும் பெருகிவர
அலைகள் எல்லாம் தத்தளிக்க நடுவே இருக்கும்
முத்துக்கள் எல்லாம் குதித்துவிட
வழியில் போகும் தச்சன் வந்து வழிமறைக்கவே!
– அது என்ன?

299. அலை வீசி இரையாத
அகிலப் பெருங்கடலில்
வெள்ளைக் கப்பல் ஒன்று
வெளிச்சமிட்டு வருகுது! – அது என்ன?

300. அவள் ஒரு பாடகி
ஆனால், பெண் அல்ல! – அது யார்?

301. அவிழ்ந்த தலை முடியாத சிறுக்கி
அவள் பெற்ற பிள்ளைகளுக்கு
வகை வகையாகப் பெயராம்! – அவள் யார்?

302. அவுத்து விட்ட மாடு
படுத்திடுச்சு – அது என்ன?

303. வட்ட வட்ட நிலவை
அம்மா போட்டாள் தட்டிலே – அது என்ன?

304. அழகு சுந்தரர் கோயிலில்
அருமையான மேளம்
ஆனால், சத்தம் இல்லையே – அது என்ன?

305. அழுத பிள்ளைக்கு ஆறுதல் கூறி
அங்கும் இங்கும் சாய்ந்தாடி
உயிரில்லாதவன் உறங்கச் செய்திடுவான்! – அவன்
யார்?

306. செடியாக உள்ள பாத்தி அல்ல இது.
செடி விளையாத பாத்தி
நீர் நிற்காத பாத்தி – அது என்ன?

307. அறிவில்லாமல் புத்தி சொல்வான்
அனைத்துக்கும் வழியைச் சொல்வான்

வயிற்றில் ஈரம் குறைந்தால்
வார்த்தையின்றி முழிப்பான்! – அவன் யார்?

308. அறுக்க உதவாத சுருக்கு அரிவாள்! – அது என்ன?

309. தன்னைக் காட்டாமல் தன்னில் பிறரைக் காட்டும்
– அது என்ன?

310. கல்லில் காய்க்கும் பூ
தண்ணிரில் மிதக்கும் பூ – அது என்ன?

311. அன்றாடம் தீப்பிடிக்கும்
அழகான மாளிகையில்
அறுசுவை விருந்தாகிறது – அது என்ன?

312. பொய் சொல்லும் பழம் – இது என்ன பழம்?

313. அனல் மேல் கறுப்புக்குதிரை
அதன்மேல் வெள்ளையன்
ஏறி ஏறிக் குதிக்கிறான்! – அவை என்ன?

314. அனைவருக்கும் அடங்காதவன்
ஆதவனுக்கு அடங்குவான்! – அது என்ன?

315. அஸ்திவாரத்தோடு நடக்கும் ஒரு
அழகான மாளிகை
அந்த மாளிகைக்குப் போக
சக்கரமில்லாத வண்டி! – அது என்ன?

316. ஆக்கூர் மலைமேலே ஓர் ஆந்தை
அந்த ஆந்தைக்கு ஆயிரம் கண்கள்
இந்த வெடியை வெடிப்போர்க்கு
இரண்டு கண்கள் – அது என்ன?

317. ஆகாசத்தில் பறக்கும், கருடனல்ல,
நீண்ட வாலும் கொம்பு இரண்டும் உண்டு, ரிஷபமல்ல
மதகிரிபோல் ஓசையிடும், யானையல்ல
– அது என்ன?

318. நிஜத்தைப் போலே தெரியும் ஆனால் நிஜமன்று
நிழலைப் போன்றே தெரியும் ஆனால் நிழலல்ல
– அவை என்ன?

319. ஆசாரி பண்ணிய அவமானத்திற்கு
ராசாதி ராசனெல்லாம் தலை குனிகிறார்கள்
– அது என்ன?

320. ஆட்டுக்கும் மாட்டுக்கும் ரெண்டு கொம்பு
அம்மன் பிடாரிக்கு மூணு கொம்பு! – அது என்ன?

321. ஆடி அசைந்து வரும்
அங்கம் வளைந்து வரும்
தலை சாயும் நேரம் பார்த்துக்
காத்திருப்பான் விவசாயி – அது என்ன?

322. ஆடிவரும், ஆனாலும் தாசியல்ல
ஆடுகையில் சீறிவிழும், குடத்தில் போகும்
மூடித்திறந்து விட்டால், முகத்தைக் காட்டும்
முக்கண்ணான சிவன் உடம்பில் வாழும் – அது என்ன?

323. ஆடும்போது சீறும்,
ஆடிக் குடத்திலடையும்,
மூடித்திறக்கும் போது
முகங்காட்டும் பாம்பன்று – அது என்ன?

324. ஆடை உடுத்திருக்கும், பெண்ணும் அல்ல
அதனுள்ளே முத்திருக்கும், சிப்பியல்ல
தாடியுண்டு மீசையுண்டு, கிழவனல்ல,
தக்கதோர் உணவாகும் மக்களுக்கே – அது என்ன?

325. ஆண்டுக்கு ஆண்டு
அழகாய் உருமாறி வரும் – அது என்ன?

326. ஆண்டுக்கு ஆண்டு வரும் வரி
அடுத்தடுத்து வரும் வரி – அது என்ன?

327. ஆத்தாள் பிள்ளைத்தாச்சி
அப்பன் ஊர் அலம்பி – அது என்ன?

328. அத்தி மரத்தடியில்
கல்லுக்கும் முள்ளுக்கும்
வேலி அடைக்கிறான் ஒருவன் – அவன் யார்?

329. ஆதார வூரில்
ஆனை செத்துக் கிடக்குது
அஞ்சு ஆள் போயி
இரண்டாளு இழுத்துக்கிட்டு வருது – அது என்ன?

330. ஆயாள் வீட்டுத் தோட்டத்திலே
பச்சைப்பாம்பு தொங்குகிறது – அது என்ன?

331. ஆயாள் வீட்டுத் தோட்டத்திலே
மஞ்சள் குருவி ஊஞ்சலாடுகிறது – அது என்ன?

332. ஆயிரம் பணம் பெறும்
குதிரைக்கு அது இல்லை
அண்ணன் பெண்டாட்டிக்கு இது இல்லை
– அவை என்ன?

333. ஆயிரம் பேர் கட்டிய
அரங்கமணி மண்டபம்
ஒருவன் கண் பட்டால்
ஒழியும் அந்த மண்டபம் – அது என்ன?

334. ஆயிரம் பேருக்கு நேரே,
ஆத்தங்கரை ஓரத்திலே
கட்டிப்பிடிக்கிறான் கள்ளப்பயல்
கன்னத்தைக் கடிக்கிறாள் கன்னியவள்! – அது என்ன?

335. ஆயிரமாய்க் கூடச் செய்யும்
ஆரவாரம் எழுப்பச் செய்யும்
ஆடிப்பாடி விளையாடும்
அடங்கி விடும் பெட்டிக்குள் – அது என்ன?

336. ஆரா கோத்திருக்கு
கொழும்பு நீத்திருக்கு
கூழு பேத்திருக்கு – அது என்ன?

337. ஆராசூர் ஏரியிலே
அறுபத்தெட்டு தென்னைமரம்
காயும் இல்லை, பூவும் இல்லை,
காக்கை உட்கார நிழலும் இல்லை! – அது என்ன?

338. ஆறாய் ஓடிய குளத்திலே
அழகுச் சதுர வயலிலே
எருவும் இல்லாமல் கலப்பையும் இல்லாமல்
எட்டு நாளைக்கொரு வெள்ளாமை! – அது என்ன?

339. ஆலமரத்தடியிலே ஓர் ஆந்தை
அதற்கு ஆயிரங்கண்
அதைக் கண்டு பிடித்தவனுக்கு ஒரு பெண்
– அது என்ன?

340. ஆலமரம் தூங்க,
அவனியெல்லாம் தூங்க,
ஸ்ரீரங்கம் தூங்க,
திருப்பாற்கடல் தூங்க,
ஒருவன் மட்டும் தூங்கவில்லை – அவன் யார்?

341. ஆள் இறங்காத கிணற்றிலே
மயில் இறங்கித் தண்ணீர் குடிக்குது – அது என்ன?

342. ஆள் இல்லாத கிணற்றிலே
மரம் இறங்கிக் கூத்தாடுது – அது என்ன?

343. ஆள் ஏறாத மலையில்
ஆயிரம்பூ பூத்திருக்கும் – அது என்ன?

344. ஆளேறுங் குதிரைக்கு
அங்கமெல்லாம் கண்ணு – அது என்ன?

345. ஆற்றங்கரையிலே ஒரு பாம்பு
அசைந்து அசைந்து புரண்டாலும்
அலைக்கு அகப்படுவதில்லை – அது என்ன?

346. ஆற்று மணல் போலே
ஐயனார் பூதம் போல
தேங்காய் தண்ணீர் போலே
எருமைச் சாணம் போல – அவை என்ன?

347. ஆற்று மணலோ மணல்
அரசன் கோட்டையோ கோட்டை
கறந்த பாலோ பால்
கருப்பட்டியோ கருப்பு கரும்பு – அவை யாவை?

348. ஆற்றைப் பறிக்கிறது ஒன்று,
ஆற்றைத் தாண்டுவது இரண்டு,
செடியை வளைக்கிறது மூன்று
செடிக்குள்ளே புகுவது நான்கு! அவை யாவை?

349. உயிருள்ள நூறு கால் பயந்தபடி ஓடும்
உயிரற்ற நூறுகால் நிமிர்ந்த நடை போடும்
– அவை என்ன?

350. ஆன்றோர் பரம்பரையின்
அழியாத ஓவியம்
சான்றோர் போற்றும்
சிறப்பான பெட்டகம் – அது என்ன?

351. ஆனை அசைந்துவர,
அருமிளகு சிந்திவர
கொத்தளத்துப் பெண்களெல்லாம்
கூடிக்குலவையிட – அவை யாவை?

352. ஆனை ஆனை, அறுபதடி யானை
வாலறுத்துக் கூறு கட்டி,
வன்னிமரம் பிளந்து கட்டி
நாலு காலுக்கும் சதங்கை கட்டி,
நடுத்தெருவிலே போகிற யானை! – அது என்ன?

353. ஆனைக்காது தண்டி,
ஆயிரந்தோசை தின்றாலும்
பச்சிலை பசியடங்காது – அது என்ன?

354. ஆனைகிரி மலைமேலே
ஆடுகின்ற பச்சைமயில்
கள்ளர் கையில் குத்துப்பட்டுக்
கலங்கும் அந்தப் புள்ளிமயில் – அது என்ன?

355. ஆனை போகிறது
தரை தெரியவில்லை – அது என்ன?

356. ஆனை போய் ஆறு மாதம்
ஆய்தரை அப்படியே இருக்கிறது – அது என்ன?

357. ஆனை அசைந்துவர
அரிமிளகு சிந்திவர
கொத்துமல்லிப் பெண்கள் எல்லாருங்
கூடிக் குமைந்து வர – அது என்ன?

358. வழவழ மாப்பிள்ளை
வயிற்றால் நடக்கிறார்! – அது என்ன?

359. ஆடி ஆடி அசைந்து வரும்
ஆத்திரம் வந்தால் பொங்கிவரும் – அது என்ன?

360. வயிற்றில் குரல், தலையில் கல்! – அது என்ன?

361. எங்க வீட்டு ராசா
தண்ணிப் பக்கம் போனா
தாவிக் குதிப்பார் ராசா – அவர் யார்?

362. சிவப்புச் சட்டைக்காரன்
சமையலுக்குத் தேவைப்படுபவன் – அது என்ன?

363. இக்குணிப் பிள்ளைக்குத்
துக்குணி நாமம்! – அது என்ன?

364. இங்கிருந்து பார்த்தா
இங்கிலீஷ் கோட்டை
புட்டுப் பார்த்தா
புளியங்கொட்டை – அது என்ன?

365. இசைத்தால் வணங்கும்
இம்சை செய்தால் வஞ்சிக்கும் – அது என்ன?

366. இட்டேன் எடுக்க முடியவில்லை
பூசினேன், புட முடியவில்லை – அது என்ன ?

367. இடி இடி கப்பல் பொறுக்கி
அரண்மனை வாசல் கட்டிப்
பார்க்க வந்த ராசாக்கள்
பளபள வென்று சிரித்தார்கள் – அது என்ன?

368. இரண்டாம் புதிரிலே இடி விழுந்த இடத்திலே,
நான் வைத்த பணியாரம், நையவே இல்லை
– அது என்ன?

369. இணைபிரிய மாட்டார்கள் நண்பர் அல்ல,
ஒன்று சேர மாட்டார்கள் நையவே இல்லை
– அது என்ன?

370. இத்தனையூண்டு தண்ணீரில் சித்திரப்பூ
– அது என்ன?

371. இத்தனையூண்டு பூனைக்குட்டி
வைத்ததெல்லாம் சுமக்குது – அது என்ன?

372. இத்தனி இத்தனி மண்டைக்காரன்
ஊரெல்லாம் சண்டைக்காரன் – அது என்ன?

373. இத்தனிக்கோண்டு சிட்டுக்குருவிக்கு
ஏழு முழம் சித்தாடை – அது என்ன?

374. இத்தினி புத்தரிசி
இருந்து கொழுந்துவிடும்!
எங்க அண்ணனுக்கும் அண்ணன்
தேவிக்கும் கடலாசிக்கும் பரதேசிக்கும்! – அது
என்ன?

375. இத்தினியோண்டு பையனுக்கு
இத்தினியோண்டு முண்டாசு! – அது என்ன?

376. இத்துனூண்டு சிட்டுக்குருவிக்கு
எட்டுச் சுத்துப் பாவாடை! – அது என்ன?

377. இத்தூண்டு சிட்டாருக்கு
ஏழு சுற்றுக் கண்டாங்கி! – அது என்ன?

378. இதயம் போல துடிப்பிருக்கும்
இரவு பகல் விழித்திருக்கும்! – அது என்ன?

379. அசுத்தமாய் இருக்கும்போது
வெள்ளையாய் இருக்கும்
சுத்தமாய் இருக்கும் போது
கருப்பாய் இருக்கும்
– அது என்ன?

380. இதுவரையில் இல்லாதது,
எப்போதும் இருப்பது
யாரும் பாராதது! – அது என்ன?

381. மேசையின்மீது போட்டு வெட்டுவார்கள்,
ஆனால் இது துடிக்காது இதன் உயிர் போகாது
– அது என்ன?

382. இந்த ஊரிலே அடிப்பட்டவன்,
அடுத்த ஊரிலே போய்ச் சொல்கிறான்
– அவன் யார்?

383. மஞ்சள் சட்டை மாப்பிள்ளை
மண மணக்கிறார் வீட்டிலே – அது என்ன?

384. மறைந்திருக்கும் மாயப்பிசாசு
எங்கே போனாலும் அங்கெல்லாம் வரும்
– அது என்ன?

385. மங்கலத்தின் சின்னம்
மங்கையரின் தோழி – அது என்ன?

386. மஞ்சள் வீட்டிற்கு வெளியே நிற்பான்!
– அவன் யார்?

387. மக்குப் பிள்ளையாருக்கு
மாரியம்மன் வார்த்திருக்கிறது – அது என்ன?

388. வளைந்திருக்கும் தமிழ் மாதம் அது எந்த மாதம்?

389. வானத்தில் பளீரெனப் பிரகாசிக்கும்
வாரத்தில் ஒருமுறை வந்து போகும் – அது என்ன?

390. மலை ஏறித்தான் பறித்து
மகிழ்ந்திருந்து தொன்னை பிடித்து
பத்தினியாள் இட்ட கஞ்சி
பற்றும் இல்லை, உப்பும் இல்லை – அது என்ன?

391. மலை யோரத்தில் இருவர்
ஒருவரோடொருவர் பேசார்
ஒருவரையொருவர் தொடார்! – அவர்கள் யார்?

392. மனிதன் போடாத பந்தலில்
மலர்ந்து கிடக்குது பூ – அது என்ன?

393. மானத்திலே மாசி
பூமியிலே தேசி
எடுக்காத அங்கம்
கோக்காத சரம் – அது என்ன?

394. கண்ணால் காண்பது அரிது
கருணையை உணர்வது எளிது – அது என்ன?

395. மாற்றுக்கதை போட்ட
மன்னன் தம்பியைச்
சேற்றுக்குள் பிடித்துச்
செதுக்கென்று அமுக்கினார்கள் – அது என்ன?

396. மாவில் பழுத்த பழம்
மக்கள் விரும்பும் பழம்! – அது என்ன?

397. வானத்திலிருந்து ரெண்டு செரா
எடுத்துக்கிட்டு வந்தா
ஒன்று, பொழுது வரையில் எரிந்தது
ஒன்று, விடியிறமட்டும் எரிஞ்சுது – அது என்ன?

398. மாட மாளிகையில் வசிப்பான்
மன்னன் அல்ல,
கூட கோபுரத்தில் இருப்பான்
கடவுள் அல்ல – அவன் யார்?

399. மாரி இல்லாமல் ஆமை கெட்டது.
ஆமை இல்லாமல் சீமை கெட்டது – அது என்ன?

400. மாமரத்துத் தோப்புக்குள்ளே
மரத்து அடியிலே
ஒட்டுத் தோலுக்காரி
உடம்பெல்லாம் சீக்குக்காரி – அது என்ன?

401. மாடி மேல் மாடி கட்டி
குடியிருக்கும் மனிதனைத்
தொட்டால் குத்திடுவான்
பட்டால் கீறிடுவான்! – அவன் யார்?

402. மாமியார் வீட்டுக்குப் போனேன்
இலையை எடுத்து விட்டுச்
சோறு சாப்பிடச் சொன்னாள்! – அது என்ன?

403. மரந்துளிர், மரப்பிசினி,
வெட்டிவேர், கல்லெண்ணெய்! – அது என்ன?

404. மார்மட்டுக் கோரையிலே
மயிலைக் காளை மேயுது – அது என்ன?

405. முன்னே வெளுத்து, முனையிலே நனைந்து,
நடுவே சிவந்து நடக்குமிவன்
கண்டது கண்டாற்போலக்
காணாமல் போகிறான் – அவன் யார்?

406. ஆற்றுக்கு அக்கரையில்
ஐந்தாறு தென்னை மரம்
காய்க்காது பூக்காது
கண்ணுக்கும் தெரியாது! – அது என்ன?

407. ஆயிரம் தச்சர் கூடி
அழகான மண்டபம் கட்டி
ஒருவன் கண்பட்டு
உடைந்ததாம் மண்டபம்! – அது என்ன?

408. அலை மேல் கறுப்புக் குதிரை
அதன் மேல் வெள்ளையன்
ஏறி ஏறிக் குதிக்கிறான்! – அது என்ன?

409. அரிவாள் போல் இலைவிடும்
கவரிமான் போல் பூ பூக்கும்

தின்னக் கசக்கும் காய் காய்க்கும்
தின்ன இனிக்கும் பழம் பழுக்கும்! – அது என்ன?

410. வேற்றூரிலிருந்து வந்தாள்
விதவிதமாய் உடுத்தி வந்தாள்
காற்றுப் போலப் பறந்து வந்தாள்
ஊரெல்லாம் சுற்றி வந்தாள்! – அவள் யார்?

411. வேலியிலே படர்ந்திருக்கும்
வெள்ளைப்பூப் பூத்திருக்கும்
கனியும் சிவந்திருக்கும்
கன்னி இதழ் போலிருக்கும்! – அது என்ன?

412. வெளுக்காத போர்வை; அது
வெண்மையாக இருக்கும்!
நிரம்பாத குடம்; அது
நீர் நிறைந்தே இருக்கும்! – அது என்ன?

413. வெள்ளி மலையில் விதை ஊன்றி
விராலி மலையில் கொடி படரத்
தஞ்சாவூரில் பிஞ்சுவிட
தலைவாசலில் காய் பறித்தேன்! – அது என்ன?

414. விடியட்டும் என்று புலம்பியவன் ஒருவன்
விடிய வேண்டாம் என்று புலம்பியவன் ஒருவன்
விடிந்தால் என்ன? விடியாவிட்டால் என்ன என்று
புலம்பினவன் ஒருவன்! – இவர்கள் யார்?

415. வானத்திலே பறக்குமது வல்லூறுமல்ல!
மேகத்தைப் பிளந்து செல்லும் பருந்துமல்ல!
இருட்டிலே திரியுமது ஆந்தையுமல்ல!
– அது எது?

416. வானத்திலே ஒரு கல்! பூமியில் ஒரு கல்!
அரிசியில் ஒரு கல்! தண்ணீரில் ஒரு கல்!
வெற்றிலையில் ஒரு கல்! – இது என்ன கல்?

417. வடுகா! வடுகா! செந்தலை வடுகா!
வடுகண் பெண்டாட்டி கும்மியக்கா
கும்மியக்கா வயிற்றிலே குடுகுடுப்பை
குடுகுடுப்பை வயிற்றிலே கீச்சிட்டி மூச்சிட்டி!
– அது என்ன?

418. யானைக்கும் குதிரைக்கும்
அடங்காத தண்ணீர்
தொண்டைமான் குதிரைக்குத்
தொடையளவு தண்ணீர்! – அது என்ன?

419. போரூரு வீதியிலே
முப்பத்திரெண்டு தென்னை மரம்
காய்க்காது பூக்காது!
அத்தனையும் வெள்ளை மரம்! – அது என்ன?

420. மூன்று கண்ணுள்ள முண்டப்பன்
அதற்கு மேல் தொந்தியப்பன்
ஆத்தப்பனும் அரிசியப்பனும் சண்டைபோட
சித்தப்பன் விலக்கி விடுகிறார்! – அது என்ன?

421. மூன்று எழுத்தில் ஒரு மரத்தின் பெயர்
முதல் எழுத்தில்லாவிடில் விளக்குத் திரி
இடையெழுத்தில்லாவிடில் பறம்பு மன்னன்
கடையெழுத்தில்லாவிடில் நேர் பாதி!
– அது என்ன?

422. அத்திக் கட்டை முள் எடுத்து
அடைப்பாரும் இல்லை
அழகான பூவெடுத்து
முடிப்பாரும் இல்லை! – அது என்ன?

423. அத்துவான காட்டிலே
வித்துவான் குடைபிடிக்க
கத்துவான் கார்மேகன்
கண்ணீரைச் சொரிந்திருப்பான்! – அவை என்ன?

424. பறந்து பறந்து போகிறான் – பார்த்தால்
விதவிதமாய் நோயைப் பெருக்கி
வேதனைகள் செய்பவன்! – இவன் யார்?

425. அந்தரமான இடத்திலே ஆனை சத்தம்
அதை முன்னும் பின்னும் இழுத்தடிப்பதோ
காளைகள் மட்டும்! – அது என்ன?

426. வித விதமாய் கோடிருக்கும்
வித்தியாசமாய்ப் பூவிருக்கும்
செடியல்ல சித்திரமல்ல
சேர்ந்த இடத்தில் செழுமை
சேராத இடத்தில் வறுமை! – அது என்ன?

427. அந்தி கிழக்கே அதிகாலை மேற்கே
வந்தபோது வர்ணங்கள்!
வகைவகையாய் எண்ணங்கள்! – அது என்ன?

428. அந்தரத்தில் தொங்குதடி அழகழகாச் செம்பு
அதற்குள்ளே இருக்குதடி அமுதம்போலத்
தண்ணீர்! – அது என்ன?

429. நம்ம ஊரு தோட்டத்திலே
நாலு கால் பந்தலிலே
சரம் சரமாய்த் தொங்குது
சாரைப் பாம்பு நெளியுது! – அது என்ன?

430. அடுப்பில் உலையும் கொதிப்பதேன்?
அரிசி சாதம் ஆவதேன்?
இலங்கை அன்று அழிந்ததேன்? – அது என்ன?

431. அடிபெருத்தேன் உடல் சிறுத்தேன்
தலைவிரித்தேன் சடைச்சியானேன்
முத்துக் கோர்த்து குடுக்கை தூக்கி
முப்பது நாளில் முழுசாகி விட்டேன்
கண்டவர் கண்பட்டுக் கடைவீதி போனேன்
– நான் யார்?

432. அடி மலர்ந்து நுனி மலராத பூ! – என்ன பூ?

433. அடைக்காத கோட்டையிலே
அரைமுழத்துக் கோபுரத்தில்
அங்கேயோர் ஒளி நின்று
அமர்க்களமாய் ஜொலிக்குதடி! – அது என்ன?

434. அண்ணன் தம்பி தோட்டத்திலே
பச்சைப்பாய் விரிச்சிருக்கு
பக்குவமாய் எடுத்து வந்தால்
பசிக்குதவும் சுவைக்குதவும்! – அது என்ன?

435. ஆடி அசைந்து வரும்
அங்கம் வளைந்து வரும்
தங்க நிற மணிக் கொத்தால்
தலைசாயும் நேரத்தில்
கண்டார் களிப்படைவர்
– என்ன அது?

436. அம்மியின் கீழே கும்மியும் அடிப்போம்
கப்பலில் ஏறிக் கூத்தும் அடிப்போம்
பட்டுப்புடவையில் பொத்தலும் செய்வோம்
பார்வையில் பட்டால் ஓடி மறைவோம்
– நாங்கள் யார்?

437. அந்தரமான குகைக்குள்ளே
அங்கே ஒருத்தி இருக்கிறாள்
முப்பத்திரண்டு காவலர்கள்
முன்னே நின்று காக்கிறார்! – யார் அவர்?

438. ஆடை உடுத்திருக்கும் பெண்ணல்ல
அதனுள்ளே முத்திருக்கும் சிப்பியல்ல
தலைநிமிர்ந்து நின்றிடுவான் தலைவனல்ல
தாடியுண்டு மீசையுண்டு கிழவனல்ல – அது என்ன?

439. அயத்திலே விளையாப்பூ அகத்திலே விளையும் பூ
நயத்திலே விளையும் பூ நாட்டோர்கள் நாடும் பூ!
இகத்திலே பூக்கும் பூ இட்டார் கொண்டாடும் பூ
காவிலே பூக்காப்பூ கண்டு சொல்வாய் என்ன பூ!

440. அப்பன் சொறியன் ஆத்தாள் சடைச்சி
அண்ணன் முழியன் நான் சர்க்கரைக் கட்டி!
– அது என்ன?

441. முறுக்கு முறுக்காயிருக்கும்
முடிச்சுப் போட உதவும்
எதையும் இழுத்தடிக்கும்
எத்தனையோ விதமிருக்கும்! – அது என்ன?

442. பச்சை மரப்பந்தலிலே
இச்சை கொள்ளும் பெண்கள் பலர்
இங்கும் மங்கும் ஆடுகிறார்
எடுத்துப் போகத் தூண்டுகிறார்! – அது என்ன?

443. நீண்ட கொம்பிலே சாற்றைப் பிழிந்து
அண்டாவில் போட்டு அனலில் கொதிப்பேற்றி
குண்டு குண்டாய் உருட்டிக்
கொலு வைப்பார் கடைத் தெருவில் – அது என்ன?

444. பனி ஊரில் பிறந்த பழம்
பார்க்கச் சிகப்புப் பழம்
தினம் ஒன்று தின்றால்
டாக்டரை விரட்டும் பழம்! – என்ன பழம்?

445. அணில் ஏறாத ஓரே மரம்
அலங்கார மரம். அது என்ன மரம்?

446. ஆயிரம் கதைகள் சொல்லுவான்
ஆயிரம் கவிதைகள் எழுதுவான்
வெள்ளைத் தாளிலே நாட்டியமாடி
வேண்டிய ஞானம் கொட்டுவான்! – யார் அது?

447. ஆசைக்கும் பூசைக்கும் அடியேன் தேவை
அழுகின்ற குழந்தைக்கு என் நேசம் தேவை
மங்கல நிகழ்ச்சிக்கு முன்னே நிற்பேன்
மலச்சிக்கல் போக்கிட மருந்தாய் நிற்பேன்! – நான் யார்?

448. மழைக்காலம் வந்து விட்டால்
மகராசி பாட்டு எடுப்பாள்
வானம் வெளுத்து விட்டால்
வாய்மூடிப் போய் விடுவாள்! – யார் அவள்?

449. தளுக்கு மினுக்குக்காரி
தலைவிரித்து ஆடுகிறாள்
தங்கநிற முத்துக் கூட்டி
தலைகுனிந்தே ஆடுகிறாள்! – அது என்ன?

450. அன்றாடம் தீப்பிடித்தும்
அழியாத மாளிகை
அறுசுவை விருந்தாக்கி
அருந்தத் தரும் மாளிகை! – அது என்ன?

451. அரியக்குடி பெரியாத்தா! அவளே கெட்டிக்காரி
பால் கொடுக்காமல் பிள்ளை வளர்ப்பாள்
பலே கெட்டிக்காரி – அவள் யார்?

452. பச்சை மரக் கொம்பிலே
பாம்பு நீண்டு தொங்குது
பக்குவமாய் கறிசமைச்சா
பார்ப்போரும் தின்னுறார் – அது என்ன?

453. அம்மணி அம்மா தோட்டத்தில்
அலங்காரப் பந்தலாம்
அழகாகக் குடுவை தொங்கும்
அற்புதமான பந்தலாம்! – அது என்ன?

454\. அதோ போகிறான் சின்னப் பையன்
அவன் போகிற அழகைப் பாரு
காலடித் தடம் பதிந்து விடாமல்
கவனித்துப் போகிறான்
கண்ணால் பாரு! – அவன் யார்?

455\. அதோ ஓர் அழகுத் தேவன்
அழகாகக் கால் பெயர்த்து ஆட்டம் ஆடுறான்
அவன் ஆட்டத்தின் அழகினிலே
அனைவரும் மயங்குகிறார்! – அது என்ன?

456\. மடையன் பேரோடு சேரும் பிராணி
மகிமை நிறைந்த நல்ல பிராணி
நெருப்பிலிட்டால் மணக்கும் பிராணி
–அது என்ன பிராணி?

457\. வீட்டுக்குள்ளே இருப்பாள்
விந்தையாகப் பேசுவாள்
வந்தவரை வா என்பாள்
வாசல் தாண்ட மாட்டாள் – அவள் யார்?

458\. வெற்றிலையில் நான்கு பூ
என்ன பூ?

459\. இருப்பது இரண்டு கால்
ஓடுவது குதிரை வேகம்
இறக்கை உண்டு பறக்காது
– அது என்ன?

460\. வெள்ளையாய் இருக்கும்
பனிக்கட்டி அல்ல,
தொட்டால் சுருங்கும்
தொட்டாற் சிணுங்கியும் அல்ல – அது என்ன?

461\. வெள்ளாடு கீழ்மேயக்
கண்டாயோ மந்திரி
இரண்டு கொம்போடு
மேயக் கண்டேனே மகாராஜா – அது என்ன?

462\. வெள்ளை நிறத்தில்
கறுப்பு விதையைக்
கையால் விதைத்து
வாயால் பொறுக்க வேண்டும் – அது என்ன?

463. வெள்ளை சட்டைக்காரன்
வேட்டைக்குக் கெட்டிக்காரன் – அவன் யார்?

464. வெளியூர் செல்வான்
வேண்டியவரைக் காண்பான்
சொன்ன சேதி சொல்வான்! – அவன் யார்?

465. வெள்ளையாய் இருப்பான்,
கறுப்பாய் மாறுவான்,
தன்னையும் அறியாமல்
தண்ணீராவான் – அவன் யார்?

466. வெள்ளை மாடு
வாலால் நீர் குடிக்கிறது! – அது என்ன?

467. வெள்ளைக் குதிரையும் கருப்புக் குதிரையும்
மாறி, மாறி ஓடும், பிடிக்க முடியவில்லை – அது என்ன?

468. வெள்ளைக் கத்தரிக்காய்
கள்ளக் கூக்குரல் போடுது – அது என்ன?

469. வெள்ளிக் கட்டி மண்ணுக்குள்ளே – அது என்ன?

470. வெட்கங் கெட்ட புளியமரம்
வெட்ட வெட்ட வளருது – அது என்ன?

471. வெட்டுவார், அழமாட்டேன்
கிள்ளுவார், அழமாட்டேன்
கடிப்பார், அழமாட்டேன்
சாயமும் பூசுவார் – அது என்ன?

472. வெட்டிக் கூறுபடுத்தி வைக்கிறதே ஒழிய
எவரும் தின்கிறதே இல்லை – அது என்ன?

473. உழைப்பின் பரிசு அது
உழைத்தால் வருவது – அது என்ன?

474. வெள்ளை சட்டை வெளுத்திருக்க
அதில் இரண்டு துளுத்திருக்க – அது என்ன?

475. வெள்ளை நிறத்தாளாம்
வாசலில் இருப்பாளாம்
பாவையரின் தோழியாம்
பார்ப்போரை இழுப்பாளாம் – அவள் யார்?

476. வெள்ளை மாளிகைக்கு
வாசலும் இல்லை
வழியும் இல்லை – அது என்ன?

477. வெட்டிக் காட்டில் விதை ஊன்றி
வீரமலைக் காட்டில் கொடி ஓடி,
கண்டனூரில் பால் எடுத்து
கடை எல்லாம் புகையுது – அது என்ன?

478. வெள்ளிக் குண்டு,
வெண்கலக் குண்டு
தண்ணீரில் போட்டால்
மிதக்கும் குண்டு – அது என்ன?

479. வேலைக்காரி, கெட்டிக்காரி
வெளியே தலை காட்டாள்
உடன் பிறந்த சொந்தக்காரி – அவள் யார்?

480. வேட்டையாடாத மான் ஆனால்,
வேடர்கள் நிறைந்த மான் – அது என்ன?

481. வேலியை தாண்டுது வெள்ளாடு – அது என்ன?

482. வேகாத வெயிலிலே
வெண்ணெய் பிசைந்து வைத்தேன்
உருகவில்லை, ஒட்டவில்லை
உலர்ந்து விட்டது – அது என்ன?

483. வேலிக்கு அந்தாண்ட
வெள்ளைக் குதிரை – அது என்ன?

484. ஜாடி மேலே குரங்கு – அது என்ன?

485. பொட்டியைத் திறந்தால்
பெருங்காயம் மணக்கும் – அது என்ன?

486. அனலிலே பிறப்பாள்
ஆகாயத்தில் பறப்பாள்! – அவள் யார்?

487. ஒற்றைக்கால் மாமாவுக்கு
எட்டுக்கை – அது என்ன?

488. குட்டி போடும் ஆனால்
எட்டிப் பறக்கும் காளை! – அது என்ன?

489. தச்சர் கோத்த கட்டாத கோபுரம்
சின்னதாய் இருக்கும் சித்திர கோபுரம்
– அது என்ன?

490. பரட்டைத்தலை மாமியாருக்குப்
பவழம்போல் மருமகள் – அவள் யார்?

491. குட்டைக்குக் குட்டை சீமாட்டி
குனிந்து குனிந்து உரையாடினாள் – அவள் யார்?

492. நீண்ட உடலிருக்கும் தூணும் அல்ல
உடலில் சட்டை இருக்கும்
ஆனால் உயிர் இல்லை.
துயிலில் சுகம் இருக்கும் மெத்தை அல்ல
– அது என்ன?

493. இத்தனூண்டு சிட்டுக்குருவி
இழுத்து இழுத்து வேலியடைக்குது – அது என்ன?

494. அச்சு வண்டி ஓடுவதேன்
அக்காள் புருஷன் மச்சானாவதேன்?

495. அக்காள் சப்பாணி
தங்கை நர்த்தனப்பெண்
இந்த இருவரும் இல்லாவிட்டால்
குடித்தனப் பெண் சிணுங்குவாள் – அவள் யார்?

496. அக்காள் தங்கை உறவுண்டு
அண்டை அண்டை வீடுண்டு
கிட்ட கிட்ட வந்தாலும்
தொட்டுக் கொள்ள முடியாது – அது என்ன?

497. அக்காள் விதைத்த முத்து
அள்ள முடியாத முத்து! – அது என்ன?

498. அக்கினிப் பழத்தைக் கக்கி விழுங்குதே
அது என்னடி கண்ணே
வாலைப் பிடித்தால் வாயைப் பிளக்குதே
அதுதான் கண்ணாளா – அது என்ன?

499. அகோரத் தாய்க்கு
ஐம்பது குஞ்சுகள்
பிஞ்சுகள் வாயெல்லாம்
நஞ்சுதான் மிஞ்சிநிற்கும் – அது என்ன?

500. காய் என்று இதற்குப் பெயர்
பழமான பின்னாலும் இதன் பெயர் காய்தான்.
பழமென்று சொல்லி வாயில் போட்டால்
வாயும் எரியும் வயிறும் எரியும் – அது என்ன?

501. பக்க பக்கமாய்ப் பார்ப்பதிரண்டு,
கிண்ணொளி தன்னைக் கேட்பதிரண்டு,
எட்டியெடுத்துக் கொள்வதிரண்டு – அவை யாவை?

502. அங்கே சிலுக்குவாள்,
இங்கே பிலுக்குவாள்,
கதவு மூலையில்
ஒண்டிக் கொள்வாள்! – இவள் யார்?

503. அட்டைக்கு ஆயிரம் கண்கள்,
முட்டைக்கு மூன்று கண்கள்
நான் வளர்த்த சிங்கத்துக்கு
ஒரே ஒரு கண் – அவை யாவை?

504. அடர்ந்த கருங்காட்டில்
அடக்க ஆள் இல்லாமல்
தன் விருப்பம் போல்
வேட்டையாடி உலாவுகிறாள் – அவள் யார்?

505. அடி, தொடை, கடி – அது என்ன?

506. அடிப்பார் பிடிக்க மாட்டார் – அது என்ன?

507. அடி பெருத்தேன், குந்தாணியானேன்
தலை விரித்தேன், சடைச்சியானேன்
முத்துக் கோத்தேன், செட்டிச்சியானேன்
குடுக்கை தூக்கினேன், குறத்தியானேன் – நான் யார்?

508. அடுக்கடுக்காய் அடுக்கியிருக்கும்
ஆயிரங்கால் மண்டபம்
கொக்கியாய் வளைந்திருக்கும்
குதிரைக்கால் மண்டபம் – அது என்ன?

509. அடுப்புச் சாதம் கொதிப்பதேன்
அரிசி அன்ன மாவதேன்?
இலங்கை அழிந்ததேன்?
இரும்பு உருகுவதேன்?

510. அடுப்பு வெட்டி, வாரி வெட்டி,
வன்னி மரம் தோப்பாக்கி
வாய் அறுத்துக் கணக்குப் பார்த்தால்
லட்சமோ லட்சம்! – அது என்ன?

511. அடைக்காத கோட்டையில்
அரைக்கெஜம் கோபுரத்தில்
அங்குலத்தில் ஒளி ஒன்று
அமர்க்களமாய் ஜொலிக்குது – அது என்ன?

512. அண்ணன் தோட்டத்திலே
பச்சைப்பாய் விரித்திருக்கிறது – அது என்ன?

513. அண்ணன் தம்பி ஐந்து பேர்
அண்ணன் ஆதரவு இல்லாவிட்டால்
தம்பிமார் பாடு திண்டாட்டம் – அது என்ன?

514. உழவுண்டு விளைவில்லை
உயிர் உண்டு பேச்சில்லை
கன்றுண்டு கறவையில்லை
பூஉண்டு மணமில்லை – இவை என்ன?

515. அண்ணன் வீட்டில் விளக்கெரிந்தால்
தம்பி வீட்டிலே தெரியும் – அது என்ன?

516. அண்ணனுக்கு எட்டாதது
தம்பிக்கு எட்டும்
ஆணுக்கு எட்டாதது
பெண்ணுக்கு எட்டும் – அது என்ன?

517. அண்ணாவைக் கண்டால் வெறுப்பு
தம்பியைக் கண்டால் சந்தோஷம் – அவர்கள் யார்?

518. அத்துவான காட்டிலே
அம்மாயி குடை பிடிக்கிறாள் – அது என்ன?

519. அத்தாயக் காட்டுக்குள்ளே
தலையை விரித்து ஆடுது – அது என்ன?

520. அத்தான காட்டிலே
பாட்டி குனுக்குப் போட்டு ஆடுகிறாள் – அது என்ன?

521. அத்தான் இல்லாத அத்தான்
என்ன அத்தான்?

522. அத்துவான ஆலங்காட்டிலே
வித்துவான் குடைபிடிக்க
கத்துவானேன் கார்மேகா
கொட்டுவானேன் கார்மேகா – அது என்ன?

523. அதிசயக் குளத்திலே
அற்புதக் குருவி ஒன்று,
வாலினால் தண்ணீரை
வற்ற வற்றக் குடிக்குது – அது என்ன?

524. அதிர் புதிர் போட்ட மன்னப்பன்
தாயாருக்கு முதுகிலே முந்நூறு அடி! – அது
என்ன?

525. அது ஓர் அழகு தேவதை
ஆடும் தேவதை – அது என்ன?

526. அடித்து நொறுக்கி
அனலில் போட்டாலும்
அருமையாய் மணந்திடும்
அது என்ன பிராணி!

527. அப்பா பணத்தை எண்ண முடியாது!
அம்மா புடவையை மடிக்க முடியாது!
– அவை என்ன?

528. அண்ணன் தம்பி இரண்டுபேர்
அவர்களைச் சுற்றிப் பன்னிரண்டு பேர்!
– அது என்ன?

529. தரையிலே முட்டிமுட்டி வரும்
விரலிலே ஒட்டி ஒட்டி வரும்! – அது என்ன?

530. காடெல்லாம் உள்ள மரம்
நாதாங்கி போட்ட மரம்
இரும்பு இணைத்த மரம்
இரண்டு பேர் ஏறும் மரம்! – அது என்ன?

531. தலை பெருத்துத் தடி முழமாம் – அகப்பையன்று
தன் வாயால் மரம் கொத்தும் – பறவையன்று
வலிய புயல் தட்டி எழும் – மல்லரன்று
வந்த குலம் தனையழிக்கும் – நஞ்சும் அன்று
– அது என்ன!

532. தவழும் போது ஒரு பெயர்
தரையில் விழுந்தால் வேறு பெயர்
உருளும் போது ஒரு பெயர்
ஓடும்போது வேறு பெயர்! – அது யார்?

533. தண்ணீரில்லாத பொட்டலிலே
தாவிச் செல்லும் கப்பல் – அது எது?

534. தங்கக் குடம் எடுத்துத்
தண்ணிக்குப் போற பெண்ணே!
உன் கணவர் எங்கே போனார்?
செத்தவரைத் தூக்கி
ஊரில் வித்துவரப் போயிருக்கார்? – அது என்ன?

535. சொறியனைக் கறி சமைத்தால்
சொல்ல முடியாத கசப்பு – அது என்ன?

536. கத்தியால் தலையைச் சீவினான்
வெட்டப்பட்டவன் கருநாக்கை நீட்டினான்!
– யார் அவன்?

537. சிங்காரத் தங்கை தெருவாசல் வந்தாள்
சங்கீதம் பாடித் தரையில் பூப்போட்டாள்
அங்கொரு பூக்காட்டின் அழகு மலர்ந்தது
அவள் முகத்திலே புன்னகை மலர்ந்தது!
– அது என்ன?

538. தலைக்கு மேலே அலரும் பூ!
தண்டின் பக்கம் கனியும் பூ!
ஆகாச நீர் கொட்டினாலும்
அத்தனையும் தாங்கும் பூ!
கடிக்கக் கடிக்க இனிக்கும் பூ
காணும் சிறுவர் பறிக்கும் பூ! – என்ன பூ?

539. ஆசனத்தில் அமர்ந்து அழுத்தி மிதித்தால்
அலறி ஓடும். அது என்ன?

540. அலங்காரம் செய்து வைத்த
நெட்டை ராஜா, அவரை அடிஅடி
என அடித்தாலும் அழவும் மாட்டார்!
நகரவும் மாட்டார்! – அது என்ன?

541. வட்ட வட்டத் தட்டு
வானில் தோன்றும் தட்டு
வெள்ளை நிறத் தட்டு
விருப்பம் ஊட்டும் தட்டு
மங்கை முகத்தைப் போலே
மயக்கம் செய்யும் தட்டு! – அது என்ன?

542. படபடக்கும் நீர் சுரக்கும்
அக்கம் பக்கம் சுழலும்
அடிக்கடி மூடித் திறக்கும்! – அது என்ன?

543. ஆற்று மணலை எடுத்து
ஐயனார் பூதம் வாயில் போட்டு
ஆடி ஓடி அசைத்து வந்தால்
செந்நிற நீர் போலாகும்
மிச்சம் எருமைச் சாணி போலாகும்
– இவை என்ன?

544. தென்றல் வீசி வர
தெருவெல்லாம் முத்து உதிர
வேலியோரப் பெண்கள் எல்லாம்
விதவிதமாய் கோஷமிட
எங்கும் நடப்பதுதான் – அது என்ன?

545. மோடிதனை ஊதினால்
தலை விரித்தாடும்
தடி எடுத்தால் ஓடி ஒளியும்
சீறிப் பாய்ந்தால்
பற்கள் கிட்டிவிடும்.
பல்லாக்கும் தேவைப்படும் – அது என்ன?

546. எப்போதும் பிரிவதில்லை நண்பர்களல்ல!
எப்போதும் இணையார்கள் பகைவருமல்ல!
– அது என்ன?

547. உடல் சிறுத்த சிறுமிக்கு உடலில் சுற்றுப் பாவாடை
உரிய உரியத் தீராது
ஒன்றன் பின்னே ஒன்று வரும்! – அது என்ன?

548. கழுத்து சிறுத்தது உடலோ பெரியது
வாய் சிறுத்த அவளுக்கு
நங்கையர் மத்தியில் நல்ல பெயர்! – அது என்ன?

549. ஓடுவான் ஓவென இரைச்சலிடுவான்
உயரத்தில் இருந்து பள்ளத்தில் பாய்வான்!
– அவன் யார்?

550. என்ன சொல்லி அழைத்தாலும் வரமாட்டாள்
ஏழு அறைக் குள்ளிருக்கும் இந்திரப் பெண்
பட்டுமேல் பட்டுடுத்திப் பல்லக்கில் ஏற்றி வைத்து
சுற்றி இழுத்தவுடன் துள்ளி வெளி வருவாள்!
– அது என்ன?

551. ஒரு வருடமில்லா விட்டால் பஞ்சம் வரும்
இதுவும் இல்லாவிட்டால் மானம் போகும்!
இதுவும் விளையாவிட்டால் சுவை போகும்! – எது?

552. ஓடுடையான் பிச்சைக்காரனல்ல
காட்டிலும் நாட்டிலும் தீர்த்தமாடுவான்
ஞானியல்ல
நடக்கும் போது நாலுகால் தலை ஒன்று
படுக்கும்போது அவையில்லை! – அது என்ன?

553. உருண்டை உருண்டையாக இருப்பான்
கறுப்புக் குன்றிமணி போலிருப்பான்
அறுசுவை உணவுக்கு உதவும்
அரும்பொருளாகவும் இருப்பான்! – அது என்ன?

554. கடை வீதியிலிருப்பான்
கடவுளுக்கு காணிக்கையாவான்
உடைத்தால் நீர்சிந்துவான்
நல்ல உள்ளத்தைப் போல் வெள்ளையாவான்
– அது என்ன?

555. வெண்முத்தும் நீர்முத்தும்
குதித்துக் கும்மாளம் போடையிலே
மூடியார் வந்து மோதி நிற்கின்றார்! – அது என்ன?

556. பார்வைக்குப் பச்சை நிறம்
பாக்கு வெற்றிலை போடாமல்
வாய் மட்டும் பவள நிறம்! – அது என்ன?

557. பச்சைப்பாய் விரிச்சிருக்கு!
பருவம் கழிந்தால் மணிகள் குவியும்!
– அது எங்கே?

558. குலுக்கு மினுக்குக்காரி
கொஞ்சும் மனத்துக் காரி
மங்கையர்கள் தலையில் ஏறி
மகிழ்ந்திருக்கும் வெள்ளைக்காரி! – *அது என்ன?*

559. தெய்வ சன்னதி வாசமுமுண்டு
தெருவில் சத்தம் கேட்பதுவுமுண்டு
நடுக்கடலில் பிறப்பதுமுண்டு
நல்லது கெட்டது சொல்வது முண்டு
– *அது என்ன?*

560. கறுப்பு மனுஷன் தலையில் முடிபறித்து
அடியும் நுனியும் தறித்து விட்டு
மூலையில் ஓட்டையிட்டு
ஆக்கமாய் ஆணி கொண்டு
அடுக்கடுக்காய் எழுதலாமே! – *அது என்ன?*

561. அடிதடிச் சண்டை போலச் சத்தம் வரும்
அரும்பரும்பாய் முத்து உதிரும்
அதிகமானால் எல்லாம் அடித்துச் செல்லும்!
– *அது என்ன?*

562. வட்டமாய் வண்ண வண்ணமாயிருக்கும்
தொட்டுப்பாட வேண்டும் – சற்றே
இறுகினாலும் பட்டென்று உடைந்து போகும்!
– *அது என்ன?*

563. அகலமென பச்சிலை
அருமருந்து மூலிகை
உயர் மரத்துக் காய் சேர்த்து
உயர்ந்த வெள்ளை சேர்த்திட்டால்
கறுஞ் சிவப்பு நிறமாகும்
– *அது என்ன?*

564. அழகழகாய் தலைவிரித்து
அடுக்களையில் புகுந்து வந்து
விதவிதமாய் தாங்கி நின்று
பலர்முன்னே இருக்கும் அது
அடுத்த நொடி குப்பை மேட்டில்
அம்போண்ணு கிடக்கும்! – *அது என்ன?*

565. யாரும் ஏற முடியாத உயரத்திலே
ஆயிரம் பூ பூத்திருக்கு! – அது என்ன?

566. கடற்கரை ஓரத்தில்
கல்லு மண்ணுத் தரையினிலே
ஆழ உழாமல் அங்கே விதை விதைக்காமல்
எட்டு நாளைக்கொரு வெள்ளாமை
– என்ன வெள்ளாமை?

567. இரவு பகல் விழித்திருக்கும்
எப்போதும் ஒலித்திருக்கும்! – அது என்ன?

568. எல்லோருக்கும் உணவு பரிமாறி
எரவாணத்தில் குளித்துவிட்டு அமர்ந்திருப்பான்!
எப்போதும் உண்ணாதவன் – அவன் யார்?

569. மஞ்சள் நிறச் சிங்காரி
மணம் வீசும் ஒய்யாரி
ஊருக்கெல்லாம் உபகாரி
உள்ளே கொண்டால் பித்தத்தை
உடனே போக்கும் கைகாரி! – அவள் யார்?

570. ஒரு பக்கம் ஏழு குழி இருபக்கம் பதினாலு குழி
மரத்தாலான மகத்தான வீடு
மங்கையர் மகிழ்ந்தாடும் வீடு
மற்றவரும் கலந்தாடும் வீடு! – அது என்ன?

571. உள்ளே பொங்கும் துன்பத்தை
உரைத்துப் பெருகும் ஒரு நீராம்
இறைக்க இறைக்க ஊறிவரும்
எண்ணக் கிணத்துத் தண்ணீராம்! – அது என்ன?

572. மாலைவேளை மங்கையர்கள்
மகிழ்வாய் வணங்கி வழிபடுவார்
இருட்டைப் போக்கி ஒளிசேர்க்கும்
இறைவி என்றே கை தொழுவார்! – அது என்ன?

573. தூக்கத்தைக் கலைத்திடக் குரலெழுப்பி
தூங்காமற் செய்திடும் துடுக்குக்காரி
தலையிலே பூவுள்ள தளுக்குக்காரி
எந்தச் சண்டைக்கும் அஞ்சாத கொண்டைக்காரி!
– யார் அது?

574. வீட்டுக்குப் பின்னால் எட்டிப்பாரு
வேடிக்கை காட்டுவாள் மஞ்சப் பூக்காரி
பிஞ்சு விட்டுக் காயானால்
பிரித்துப் பார்த்திட்டால் முத்துப்பெட்டி!
– அது என்ன?

575. நாசியில் அமர்ந்து
காதுகள் இரண்டையும் கட்டி அணைத்து
கன்னத்துடன் ஒட்டி உறவாடி
நேசத்துடன் எல்லாம் பளிச்செனக் காட்டும்!
– அது என்ன?

576. ஊருக்கெல்லாம் ஓய்வு
உழைப்பவர்க்கும் ஓய்வு
இவனுக்கு மட்டும் ஓய்வில்லை
இரவும் பகலும் ஓட்டந்தான்! – என்ன இது?

577. மூன்றெழுத்துப் பொருள் இது
ஆடவரும் பெண்டிரும் அணிவது
நடு எழுத்து இல்லாவிட்டால்
பெண்களுக்கு உரியது – அது என்ன?

578. பல பேருக்கு ஒரு குடுமி! – அது என்ன?

579. பந்து பந்தடா
புளியம் பந்தடா
நின்று தாக்கடா
உயிரைப் போக்கடா! – அது என்ன?

580. பல் இல்லாத வெள்ளையன்
காட்டிலே மேட்டிலே
வாய்விட்டுச் சிரிக்கிறான்! – அவன் யார்?

581. பரட்டைத் தலை மாமியாருக்குப்
பவழம் போல் நாட்டுப் பெண்! – அது என்ன?

582. மூன்றைக் குறிப்பது, ஐந்தெழுத்து கொண்டது
முதலிரண்டு எழுத்து விளக்கை எரிவிக்கும் – அது என்ன?

583. பல நாள் காய்ந்து
ஒரு நாள் பழுக்கும்! – அது என்ன?

584. பல்லைப் பிடித்து அழுத்தினால்
பதறிப் பதறி அழுவான்! – அவன் யார்?

585. பந்து போல் உருட்டி
தோசை போல் தட்டி
வெயிலில் காட்டி
வெந்நீருக்கு மாட்டி! – அது என்ன?

586. பந்தல்கால் நான்கு
பவழக்கால் நான்கு
வெற்றித்தடி இரண்டு
வெண்சாமரம் ஒன்று! – அது என்ன?

587. பதைக்கிறாள், குதிக்கிறாள்
பக்குவமாகிறாள், பந்திக்குப் போகிறாள்
– அவள் யார்?

588. பதில் வெடி போடாத
பெண்டாட்டி புருஷனுக்கு
முதுகிலே மூணு சூடு! – அது என்ன?

589. பத்து மாட்டுக்கு
ஒரு தட்டு! – அது என்ன?

590. பத்துப் பால்மரம்
நாலு ஆலமரம்
இரண்டு கொங்காணி
ஒரு கோணல்தடி! – அது என்ன?

591. பத்து விரல் பந்தாட
ஐந்து விரல் அமர்ந்திருக்க
சூரியனுடன் வாதாட
எமனுடன் போராட! – அது என்ன?

592. நடக்க முடியாத கால்
அதன்மேல் பலரும் நடப்பர் – அது என்ன கால்?

593. படுத்து உறங்காத மிருகம்
பந்தயத்தில் ஓட்டம் அதிகம்! – அது என்ன?

594. படியிலே படி என்ன படி?

595. பட்டைப் பட்டைக் கதவு
பட்டாணிக் கதவு
என்ன போட்டாலும்
எடுக்காத கதவு! – அது என்ன?

596. பட்டை உண்டு, கட்டை இல்லை
இலை உண்டு, கிளை இல்லை
பூ உண்டு, மணம் இல்லை
பழம் உண்டு, விதை இல்லை
கன்று உண்டு, மாடு அல்ல! – அது என்ன?

597. பட்டையை பட்டையை நீக்கி
பதினாறு பட்டையை நீக்கி
முத்துப் பட்டையை நீக்கி
முன்னால் வருவாள் சீமாட்டி! – அவள் யார்?

598. பட்டுக் குடைபோலப் பூ பூக்கும்
பறிக்கப் போனால் எட்டாது! – அது என்ன?

599. படி உயரம் செடி
குடை அகலம் பூ
பிஞ்சில் அறுப்பான்
காயில் உலர்த்துவான்
பழத்தில் விற்பான்! – அது என்ன?

600. பட்டுப் பட்டுத் தோப்பு
பட்டாணித் தோப்பு
நான் போட்ட தோப்பு
நான் தொரக்க முடியலே! – அது என்ன?

601. பட்ட மரத்தைக் கண்டால்
படை படையாய் வரும்! – அது என்ன?

602. பட்டணத்து ஆலமரம்
வெட்டவெட்டத் துளுக்குது! – அது என்ன?

603. பட்டணம் கிட்டே இருக்கிறது
எட்டிப் பார்க்க இயலவில்லை! – அது என்ன?

604. பட்டணத்துச் சேலையை
மடிக்க முடியல்லே
அதிலுள்ள ரோசாப்பூவைப்
பறிக்க முடியல்லே
ராசாத்தி துரைமகளைப்
பிடிக்க முடியல்லே! – அது என்ன?

605. பட்டணத்திலேயிருந்து
இரண்டு சிராய் கொண்டு வந்தேன்
ஒன்று எரியுது, ஒன்று புகையுது! – அவை யாவை?

606. பஞ்சு அதிகம் உண்டு
படுத்தே கிடக்குது! – அது என்ன?

607. பட்டகச் சாலையிலே
பட்டு விரித்திருக்கு
தொட்டால் ஒட்டிக் கொள்ளும்
ஜீவனை வாங்கி விடும்! – அது என்ன?

608. பட்சி ரெண்டும் ஒரு நிறம்
பறக்குது வெகு தூரம்
அன்னந் தண்ணி குடிக்காது
ஒரு கூட்டிலும் அடையாது! – அது என்ன?

609. பச்சை வீட்டுக்குச்
சிவப்பு வாசல்! – அது என்ன?

610. பச்சை பசேல் என்றிருக்கும்
பந்தி முன்னால் நிற்கும்
பசியாறியவுடன் பாதையில் கிடக்கும்! – அது என்ன?

611. பச்சை மட்டையை உரித்துத் தின்போம்
நாங்கள் ஒரு ஜாதி!
ஆற்று மணலை வாரித் தின்போம்
நாங்கள் ஒரு ஜாதி!
பாறாங்கல்லை உடைத்துத் தின்போம்
நாங்கள் ஒரு ஜாதி! – நாங்கள் யார்?

612. பச்சை பச்சை டாக்டர்
பால் பால் டாக்டர்
குண்டுச்சட்டி டாக்டர்
குதிரைவால் டாக்டர்! – அது என்ன?

613. பச்சைப் பசேல் என்றிருக்கும் பாவக்காயன்று
நடுவிலே விதையிருக்கும் வெள்ளரியன்று
நீண்ட உடல் தானிருக்கும் கொம்புமன்று
இடையிடையே கணுவிருக்கும் மூங்கிலன்று
– அது எது?

614. பச்சை பங்களா
வெள்ளை காமிரா
அதிலே ஒரு குட்டி தூங்குகிறாள்! – அது என்ன?

615. பச்சைப் பச்சை பல்லக்கு
போவோர் பாரா பல்லக்கு
இரும்பால் அடிக்கும்
திரும்பாத பல்லக்கு! – அது என்ன?

616. பச்சைப் பச்சென்றிருக்கும் பாவக்காயுமல்ல
பக்கத்தில் முள்ளிருக்கும் பலாக்காயுமல்ல
உள்ளே வெளுத்திருக்கும் தேங்காயுமல்ல
உருக்கினால் நெய்யொழுகும்
வெண்ணெயுமல்ல! – அது என்ன?

617. பச்சை நிறப் பாப்பான்
வயிறு வெடிச்சு வெளுத்தான்! – அவன் யார்?

618. பச்சைப் பாய் போட்டுப்
படுத்துக் கொண்டிருக்கிறான்! – அவன் யார்?

619. காயமெனும் உடலைக் காக்கும்
மேலே இதழ் பச்சை, கீழே உடல் சிகப்பு
நடுவே நறுக்கினால் சக்கர வடிவம்
நெடுக நறுக்கினால் சங்கின் உருவம்!
– அது என்ன?

620. இரட்டையாய்ப் பிறந்தவர்கள்
ஒருத்தி மேலே ஏறினால்
ஒருத்தி கீழே இறங்குவாள்! – அது என்ன?

621. உச்சியிலே பூப்பூத்த புல்லைத் தின்ன
ஒரு கையே உடையவரும் வாரார் என
தலையில்லாதவன் வந்து சேதி சொன்னான்
ஜாக்கிரதையாகி விட்டார் காவற்காரர்!
– இவை என்ன?

622. உயர்ந்த மரத்திலே உச்சாணிக் குலையிலே
மூணு கண்ணுத் தலையன்
முப்பது நாற்பது தொங்குகிறார்! – அது என்ன?

623. உடலுண்டு என்றாலும் எலும்பேயில்லை
இருபுறமும் கைகளுண்டு விரல்களில்லை
அழகான கழுத்துண்டு தலைதானில்லை
அழகுண்டு என்றாலும் உயிர்தானில்லை?
– அது என்ன?

624. கூட்டில் நிறைந்திருக்கும்
கோலியால் அடைத்திருக்கும்
கோலியை அழுத்திவிட்டால்
குப்பென்று சீறிவரும்! – அது என்ன?

625. அண்டம் என்ற பெயருமுண்டு
அடைக்காத்தால் குஞ்சுமுண்டு! – அது என்ன?

626. பகலெல்லாம் பதுங்கி விட்டு
இரவெல்லாம் பாடி வரும்
இரத்தம் குடித்து விடும்
எத்தனையோ நோய்கள் தரும் – அது என்ன?

627. எதையும் ஏற்றுக் கொள்ளும்
எளிதிலே சாம்பலாகும்
நீரைக் கண்டால் மட்டும்,
நில்லாமல் செத்துப் போகும்! – அது என்ன?

628. மஞ்சள் நிறமானாள் பச்சை நிறத்தழகி
முத்துச் சிரிப்பாலே முன்னேறி வந்தாள்
அறுபட்டு விழுந்தாள்
அவர் கொண்டு போனார் அவர் வீட்டுக்குள்ளே
இவள் தூங்குவாளோ? – அது என்ன?

629. கிண்கிணி நாதம் ஒலிக்கும்
சங்கீதப் பாடல் கேட்கும், இங்கு
வருங்கால வாரிசு தூங்கும்! – அது என்ன?

630. காலால் பிசைந்து கையால் உருட்டி
சக்கரத்தில் சுற்றி தனிவடிவம் எடுத்து
நெருப்பிலே வெந்து கடையிலே வந்து
விலைகொடுத்து வாங்கி வீடு வரும்போது
வழியிலே கைவிட்டால் அத்தனையும் சுக்கல் தான்
– அது என்ன?

631. காலையில் மேற்காகும்
கடும்பகலில் காலடியாம்
மாலையில் கிழக்காகும்
மன்னனுடன் கூடிவரும்
இருட்டானால் தான் ஒதுங்கி
எங்கேயோ மறைந்து விடும்! – அது என்ன?

632. நல்ல பாம்பு படம் போல நற்கதலி நிறத்தாலே
பச்சை நிறப் பட்டுடுத்தி
பாங்காக ஆடியதாய்
இத்தனையும் ஒன்று – என்ன அது?

633. மேலெல்லாம் சொறிபிடித்து
மெல்ல மெல்லத் தாவி வரும்
வால் முளைத்து வால் இழந்து
வடிவமதும் மாறி வரும்
கால் முளைத்த பின்னேயும்
நடக்காமல் துள்ளி வரும்! – யார் இது?

634. உலகமெல்லாம் பரந்திருக்கும் நீலத்தோட்டம்
ஒளிப்பூக்கள் பூத்திருக்கும் உயர்ந்த தோட்டம்
பகல் எல்லாம் வெட்டவெளியாகும் தோட்டம்
படர் இருளில் ஒளிக்காடாய் மின்னும் தோட்டம்
– என்ன அது?

635. தாய் இனிப்பாள்
மகள் புளிப்பாள்
பேத்தி மணப்பாள்! – இவை எவை?

636. தபால் பெட்டி கிழிஞ்சிருக்கு
தைக்க நாதியில்லே
பிச்சிப்பூ சிந்திக்கிடக்கு
பொறுக்க நாதியில்லே!
ராசாமகள் கோபிச்சுப் போறா
அழைக்க நாதியில்லே! – அது என்ன?

637. தண்ணீரில் பிறந்து வந்தாள்
தரணியிலே புகுந்து வந்தாள்
வானொலியில் பாடுகின்றாள்
வளர் இருளில் ஒளிருகின்றாள்! – அவள் யார்?

638. தகதக தட்டுப் போலே
தாமரை மொட்டுப் போலே
இந்திரன் எழுத்துப் போலே
இராவணன் சுருட்டுப் போலே! – அது என்ன?

639. சொல்லச் சொல்லக் கேட்பான்
திரும்பச் சொல்ல மாட்டான்
வாங்கி வாங்கிச் சேர்ப்பான்
வார்த்தை பேச மாட்டான்! – அவன் யார்?

640. சேலத்துச் சிவப்பு
செவ்வாய் பேட்டைக் கருப்பு உடைச்சா பருப்பு
உண்டு பார்த்தாக் கசப்பு
– அது என்ன?

641. செவி இல்லாத செவிடன்
செகம் பூராவும் திரிகிறான்
கால் இல்லாத கபடன்
காடும் மேடும் போகிறான்! – அவன் யார்?

642. சுற்றி வரும் தேரிலே
அத்தை மகள் நிற்கிறாள்
அத்தை அழும் குரலை மட்டும்
அடக்கி வைக்க முடியல்லே! – அது என்ன?

643. சின்னப்பட்டு சிகப்புப் பட்டு
தேசமெல்லாம் தேவைப்பட்டு
நாளெல்லாம் விரும்பப்பட்டு
நாடெல்லாம் திரியும் பட்டு! – அது என்ன?

644. சின்னச் சின்ன வாழைக்காய்
சிங்கார வாழைக்காய்
முந்நூறு பணம் பெத்த
முத்து முத்து வாழைக்காய்! – அது என்ன?

645. சின்னச் சதுரப் பெட்டி
சிங்கார வர்ணப் பெட்டி
கற்றோர்க்குக் கைப்பெட்டி
விற்றோர்க்குப் பணப் பெட்டி! – அது என்ன?

646. சாம்பலாண்டி சந்தைக்கு வந்தான்
உச்சிக் குடும்பனும் சந்தைக்கு வந்தான்
ஒரு முதுகெலும்பனும் சந்தைக்கு வந்தான்!
– அவர்கள் யார்?

647. கோயிலைச் சுற்றிக் கறுப்பு!
கோயிலுக்குள்ளே வெளுப்பு! – அது என்ன?

648. கொண்டையிலே பூ உண்டு
எடுக்க நாதியில்லே
குதிகாலில் முள் உண்டு
பிடுங்க நாதி இல்லே! – அது என்ன?

649. கொட்டைக் காட்டு மாடும்
குயவன் காட்டு மாடும்
பருத்திக் காட்டு மாடும்
ஒரே துறையில் தண்ணீர் குடிக்கிறது! – அது என்ன?

650. கையில்லாதவன் கடிதம் எழுதினான்
பார்வையில்லாதவன் படித்துப் பார்த்தான்
செவியில்லாதவன் செவ்வையாய்க் கேட்டான்!
– அது என்ன?

651. கூரத்துச் செம்மைப் புறா
கூட்டி வைக்கும் பச்சைப் புறா
நான் வளர்க்கும் வெள்ளைப் புறா
எல்லாம் ஒரே கூட்டுப் புறா! – அது என்ன?

652. தேடித் தேடிச் சேர்த்த பொருளை
நாடி வந்தவன் நாசமாக்கி விட்டான்! – அவன் யார்?

653. நான்கெழுத்து உடையது, நிறைய சுமப்பது
முதலெழுத்தும் கடையெழுத்தும் திருமாலைக்
குறிக்கும் கடையிரண்டு எழுத்துக்கள் மழையைக்
கொடுக்கும் – அது என்ன?

654. நான்கெழுத்து ஆசி கூறும்
இரண்டெழுத்து இல்லாவிட்டால் நீரில் நீந்தும்,
நிலத்தில் நடக்கும் – அது என்ன?

655. தையலாள் என்றொரு பொண்ணு!
பொண்ணுக்கு ஆயிரம் கிள்ளு!
கிள்ளுக்கு ஆயிரம் சொல்லு!
சொல்லுக்கு ஆயிரம் பொன்னு! – அது என்ன?

656. தொந்தி உடலிலே,
துவரக்காய் பொட்டலிலே,
நாலு பேர் துரைமக்கள்,
நனையாமல் வராங்க! – அது என்ன?

657. தொட்டால் சுருங்கிச்சி
தொண்ணூறு கால்! – அது என்ன?

658. தொட்டால் மணக்கும்,
குடித்தால் புளிக்கும்! – அது என்ன?

659. அச்சு இல்லா சக்கரம், அழகு இல்லா சக்கரம்
– அது என்ன?

660. தொப்பையனுக்கு ஒரு வாசல்,
தோழனுக்கு இரண்டு வாசல்! – அது என்ன?

661. தொட்டால் பிடித்துக் கொள்ளும் பசை அல்ல!
விட்டால் வேலை செய்யும்
எந்திரமல்ல! – அது என்ன?

662. தொட்டித் தண்ணீரில் எட்டுக் கப்பல்கள்
கிட்டப் போனால் எட்டி ஓடுது! – அது என்ன?

663. தோல் இருக்கச் சுளை விழுங்க! – அது என்ன?

664. தோகை மயிலாள் சொகுசுக்காரி
துப்புரவாளர் மகன் கையில்
தொல்லைப்படுகிறாள்! – அவள் யார்?

665. தோலையுரித்து வாலை நறுக்கி
தொங்கும் நரம்பைச் சேர்த்துக் கட்டி
அங்குமிங்கும் பந்தடிக்கும்
அடுத்தவர் கண்ணில் மறைந்து கொள்ளும்!
– அது என்ன?

666. தோண்டுவான், முடக்குவான்! – அவன் யார்?

667. திங்க முடியாத பழம் என்ன பழம்?

668. நடுகாட்டில் பொங்கல் வைத்து
இறக்கியிருக்கிறது!
நாயும் தொடாது, பேயும் தொடாது!
– அது என்ன?

669. நல்லவர் கொள்ளும் தானம்
நாலு பேருக்குத் தராத தானம்! – அது என்ன?

670. நடக்கத் தெரியாதவன்
நட்டுவனாருக்கு வழி காட்டுகிறான்! – அவன் யார்?

671. நடுப்பகல் வேளையில்
நசுக்கப்பட்டு ஒளியும்
மாலைச் சூரியன்
மஞ்சள் கதிர் நீட்டும் போது
மறு உருவம் பெறும்! – அது என்ன?

672. நடலாம், பிடுங்க முடியாது! – அது என்ன?

673. நட்டேரி நடுவில்
நடுத் தம்பி குழலூதுகிறான்! – அவன் யார்?

674. நட்டாற்றில் முட்டை மிதக்குது! – அது என்ன?

675. நம்மோடு பிறந்து,
நம்மோடு வளர்ந்து
நம்மோடு மடிவான்! – அவன் யார்?

676. நம்மிடம் பிறந்த சித்திரம்
நம்மையே தொடர்ந்த சித்திரம்! – அது என்ன?

677. நடைக்கு உவமை
நளனுக்குத் தூதுவன்! – அவன் யார்?

678. நடுவிலே இருக்கும் ராசாவுக்கு
நாலாப் பக்கமும் வெள்ளையர் காவல்!
– அது என்ன?

679. நடுக் காட்டுக்குள்ளே
ஒரு சொட்டு இரத்தம்! – அது என்ன?

680. நன்றி உள்ளவன்
நட்பு மிக்கவன்
கொன்று போட்டாலும்
கூடக் குலாவுவான்! – அவன் யார்?

681. நன்றாகச் சுமை தாங்கும்
நன்றாக உதை வாங்கும்! – அது என்ன?

682. நான்கு காலுண்டு நாற்காலி அல்ல
மேலே விரிப்புண்டு பல்லக்கும் அல்ல! – அது
என்ன?

683. நான் ஏறும் குதிரை
நாலு கால் குதிரை
அந்தக் குதிரைக்கு
ஆயிரம் கண்கள்! – அது என்ன?

684. நான் இழுக்க, நீ இழுக்க
நட்டுச் சப்பரம் கட்டி இழுக்க
நாய் குரைக்க வள்ளென்று
நாகப்பட்டினம் கிறீச்சென! – அது என்ன?

685. நாலு மூலைப் பெட்டி
நந்தவனப் பெட்டி
ஓடும் குதிரைக் குட்டி! – அது என்ன?

686. நாலு மூலை நாடக சாலை
நடுவிலிருக்கும் பாடக சாலை
ஆடும் பெண்கள் பதினாறு
ஆட்டி வைப்பவர் இரண்டு பேர்! – அது என்ன?

687. நாலு காலுண்டு
நடுவில் உடல் இல்லை! – அது என்ன?

688. நாலு பாம்பு தூக்கிவர
நல்லண்ணன் படுத்திருக்க
அவன் மேலே நாங்களெல்லாம்
ஆடிக் களித்திருக்க! – அது என்ன?

689. நாலுகால் மன்னன் நாளை சாவான்
யாருடா சொன்னா சென்னியிலே கண்ணா
குடல் இல்லா மன்னன்
கூப்பிட்டுச் சொன்னான்! – அது என்ன?

690. நாலுகால் நாதாரி
வால் இல்லா கெடேரி! – அது என்ன?

691. நாலு மூலைக் கிணறு
நாகரத்தினக் கிணறு
எட்டிப் பார்த்தால்
சொட்டுத் தண்ணீர் இல்லை! – அது என்ன?

692. நாட்டாண்மைக்காரன் பெண் சாதியை
ஓட்டிலே போட்டு மூடியிருக்கு! – அது என்ன?

693. நாகூர் நாகப்பட்டினம்
நாலு தலைவாசல்!
நாலு தலைவாசலுக்கும்
பதினாறு பெண்கள்!
பதினாறு பெண்களுக்கும்
இரண்டே புருஷன்! – அது என்ன?

694. நாலு கை குத்தி வர,
இரண்டு முறம் புடைத்து வர,
துடுப்பு துழாவி வர,
துரை மக்கள் ஏறி வர! – அது என்ன?

695. நானும் கறுப்பு
நான் உண்ணும்
உணவும் கறுப்பு! – நான் யார்?

696. நான் பெற்ற பிள்ளைக்கு ஒற்றைக்கண்! – அது என்ன?

697. நான் போகாத பொட்டுக்குள்ளே
என் தம்பி சங்கரன் புகுந்துவிட்டான்!
– அது என்ன?

698. நிலத்திலே பிறந்து
நீரிலே வாழ்பவன்!
நிலத்தைத் தொட்டால்
நிலை குலைந்து போவான்! – அவன் யார்?

699. நிலத்திலே விளையாது,
நீண்ட கொடி வீசாது,
காய்க்காது, பூக்காது,
கனியோடு சாப்பிடலாம்! – அது என்ன?

700. நிலத்தில் வரும், நீரில் வரும் தவளையன்று
நீட்டிய தன் தலையிழுக்கும் நத்தையன்று
பலத்த ஓர் ஓடு இருக்கும் தேங்காய் அன்று
பாய்ந்து வர முடியாது பாம்பும் அன்று! – அது என்ன?

701. நித்தம் குளிக்கும் பொத்திக் கிடா!
கூடக் குளிக்குமாம் குட்டிக்கிடா! – அது என்ன?

702. நிலத்தில் முளைக்காத செடி
நிமிர்ந்து நிற்காத செடி! – அது என்ன?

703. நிலத்தில் இருப்பான், நீரில், இருப்பான்
வாலோடு பிறப்பான், வாலையும் இழப்பான்
கை முளைக்கும், கால் முளைக்கும்
கத்தலும் தத்தலும் அதிகரிக்கும்! – அது என்ன?

704. நிரப்பலாம், பிடிக்க முடியாது
உணரலாம் காண முடியாது! – அது என்ன?

705. அது ஒரு அரசு
ஆனால் ராஜா இல்லை மந்திரி இல்லை
மக்களுமில்லை – அது என்ன?

706. நீலக் கடலிலே வெண் பஞ்சு மிதக்குது!
– அது என்ன?

707. நீல நிறத்து அழகி நான்
நித்த நித்தம் வேண்டும் அழகி நான்
ரச அழகி நான், ருசி அழகி நான்
– நான் யார்?

708. நீலப் பட்டுக்காரி
நிலையில்லாப் போக்குக்காரி
ஊருக்குதவும் பாரி
உலகினர் வேண்டும் நாரி! – அது என்ன?

709. நீல நிறத் தோட்டத்திலே
மஞ்சள் பூ பூத்திருக்கு! – அது என்ன?

710. நீருக்குள் இருக்கும்
மீனும் அல்ல,
வெளியில் வந்தால் எரியும்
நெருப்பும் அல்ல! – அது என்ன?

711. நீரிலே விளையும் பூ
நிலத்திலே வேரோடாப்பூ
மாதர் கொண்டைக்கு ஆகாப்பூ
ஊரெல்லாம் உலாவி வரும் பூ – என்ன பூ?

712. நீரில்லாத குளத்திலே
நீண்ட கொடி ஒன்று
வாடாது வதங்காது
பூக்காது காய்க்காது! – அது என்ன?

713. நீர் ஓடி நிலம் பாய்ந்து
நிலத்து வாழை குருத்து விட்டு
கார் ஓடிய மணலிலே
கதுவாளி முட்டையிட்டது! – அது என்ன?

714. நீண்ட உடலிருக்கும் தூணுமல்ல
உடலில் சட்டையிருக்கும் உயிரில்லை
துயிலுக்கோ சுகமிருக்கும் மெத்தையல்ல! – அது என்ன?

715. நீ நீட்ட நான் மாட்ட! – அது என்ன?

716. நீட்டிக் கொண்டே நடுவே படுக்கும்
சுருட்டிக் கொண்டு மூலையில் நிற்கும்!
– அது என்ன?

717. நீரிலே உயிர் பெற்று
நிலத்திலே நீர் இறைப்பான்! – அவன் யார்?

718. நீந்துவதற்கும், தொங்குவதற்கும்
ஒரே நாளில் திருமணம்! – அது என்ன?

719. நீண்ட நெடும் பாம்பு
நெளியாத கரும் பாம்பு
அசையாது படுத்திருக்கும்
அடிபட்ட செத்த பாம்பு! – அது என்ன?

720. நீயும் நானும் பார்த்திருக்க
பொன்னாங்கண்ணி பூத்திருக்க! – அது என்ன?

721. நீலமேனி கொண்டவன்
நிலம் சுற்றி அலைகிறான்! – அது என்ன?

722. நீல நிற மேடையில்
கோடிமலர் காயுது – அது என்ன?

723. நுனி சிவப்பு, அடி பச்சை
நடு வெள்ளை, நமது பிள்ளை! – அது என்ன?

724. நூலுக்கு வழி கருவி
மாதருக்குத் தொழிற்கருவி! – அது என்ன?

725. நூல் இல்லை, ஊசி உண்டு
வாய் இல்லை பாடும்! – அது என்ன?

726. நூறு கிளிகளுக்கு ஒரே வாய்! – அது என்ன?

727. நூல் நூற்கும் தறி அல்ல! – அது என்ன?

728. நெருப்பைக் கண்டால் பயந்து ஓடுவான்
பருந்தைக் கண்டால் ஒளிந்திடுவான்
கோபம் கொண்டால் சீறிடுவான்! – அவன் யார்?

729. நெடுங்காட்டில் இரத்தத்துளி
சிதறிக் கிடக்கிறது! – அது என்ன?

730. நெற்றியில் கோல்பட்டு
கதறுகிறதாம் காளை! – அது என்ன?

731. நெருப்பில் சுட்ட மனிதன்
நெடுங்காலம் வாழ்வான்! – அவன் யார்?

732. ஒரு மலைமேல் கோபத்தோடு நின்ற முருகன்
கோலத்தைக் குறிக்கும் பட்டி - அது என்ன?

733. அத்துவானக் காட்டிலே ஒரு துளி இரத்தம்
- அது என்ன?

734. நெடுக வளர்ந்தவனுக்கு
நிழல் இல்லை! - அவன் யார்?

735. உடுத்த முடியாத ஆடை - அது எது?

736. நெட்டி இல்லாத வட்ட இலை! - அது என்ன?

737. நெஞ்சிலே ஒரு கல்
வீட்டிலே ஒரு கல்
வானத்திலே ஒரு கல் - அவை யாவை?

738. நெட்டை குட்டை
பட்டப் பகல் எனக்குப் பகை!
அடித்தால் போகேன்
நின்றால் நிற்பேன்
நடந்தால் நடப்பேன் - நான் யார்?

739. நெஞ்சோடு நேரான கொழுந்தா
நீரோடும் வாய்க்காலை அடைச்சா
நான் கீழே, நீ மேலே! - அது என்ன?

740. நேரங்கண்டு இரையும்
நெடுந்தூரம் பரவும்! - அது என்ன?

741. சொன்னதைச் சொல்லும் பெண்ணுக்கு
பச்சை பாவாடை கேட்குதாம் - அது என்ன?

742. நோயில்லாமல் நொடியில்லாமல்
அனத்துபவன் யார்?

743. பனையூரு கொல்லையிலே
பச்சைக் கம்பனைக் கண்டேன்.
கோவிலூருக் கொல்லையிலே
கோலாட்டக் கம்பனைக் கண்டேன்! - அது என்ன?

744. பற்கள் பல உண்டு
கடிக்க மட்டும் தெரியாது! - அது என்ன?

745. பறிக்கப் பறிக்கப் பெரிதாகிறது! - அது என்ன?

746. பற்கள் தெரிவதேன்
பொற் கலைஞர் தட்டுவதேன்?

747. பள்ளிக்கூடம் போகிற பட்டம்மாளுக்குக்
கையிலே ஒரு டை,
தலையிலே ஒரு டை! – அது என்ன?

748. பள்ளத்திலே மேயும்
குள்ளக் கடேரிக்கும்
கிள்ளி எடுக்க மயிர் இல்லை! – அது என்ன?

749. மூன்று அங்குலக் கோட்டை
முப்பத்திரண்டு பேர் காவல்
பாங்காக உள்ளிருக்கும் ராஜா
பவனி வர ஏங்குகிறார் ராஜா! – அது என்ன?

750. மூன்று எழுத்தில் ஒரு சோதி
முன் இரண்டும் ஒரு குதிரை
முதலும் கடைசியும் ஓர் ஊர்! – அது என்ன?

751. முன்னொரு ஊரின் பேராம்
முதலெழுத்தில்லா விட்டால்
நன்னகர்த் தலைவன் பேராம்
நடு எழுத்தில்லாவிட்டால்
கன்னமா மிருகத்தின் பேராம்
கடையெழுத்தில்லாவிட்டால்
உள்ளிடு கள்ளின் பேராம்
ஊரின் பேர் எது?

752. முள்ளு முள்ளுக்குள்ளே
முந்திரித் தோப்புக்குள்ளே
வைக்கோல் போருக்குள்ளே
கண்டெடுத்தேன் வைரமணி! – அது என்ன?

753. முத்து வீரனைப் பிடியுங்கள்
முதுகு நரம்பைக் கிழியுங்கள்
வெள்ளை வெண்ணெய் தடவுங்கள்
வேண்டி வீட்டில் அமையுங்கள்! – அது என்ன?

754. மாணிக்கத்தான் தோப்புக்குள்ளே
மறைந்து மறைந்து கிடப்பாள்
ஓட்டுத் தோலுக்காரியவள்
உடம்பெல்லாம் சீக்குக்காரி! – அது என்ன?

755. அறிவின் ஒரு பெயர் அதுதான்
இரவில் வருவதுவும் அதுதான் – அது என்ன?

756. மரமென்றால், அடுப்பெரிக்கும் விறகுமாகாது
சீப்புண்டு, தலை கோதி வார முடியாது
பூவுண்டு, கொண்டையிலே சூட முடியாது!
– அது என்ன?

757. போய் வருபவை இரண்டுண்டு
போனால் வராதவை இரண்டுண்டு
எப்போதும் இருப்பவை இரண்டுண்டு
– அவை என்ன?

758. பொட்டுப்போல் இலை இருக்கும்
பொரி போலப் பூப்பூக்கும்
தின்னக் காய் காய்க்கும்
தின்ன ஆகாப் பழம் பழுக்கும்! – அது என்ன?

759. பூவைப் பூ எடுத்து
பூமீது வைத்துத் தின்று
பூ போக மீதிப் பூ இருக்கு! – அவை என்ன?

760. பிறந்த அன்றைக்கே நடந்து
பிள்ளைச் சலங்கை கட்டாமல்
தாய்ப் பாலும் குடிக்காமல்
தானே வளரும் குழந்தை எது?

761. பத்து விரல்கள் பந்தாட
ஐந்து விரல்கள் அமர்ந்தாட
சூரிய வெயிலில் காய்ந்தாடி
சோற்றைச் சமைக்க உதவும் ஒன்று! – அது என்ன?

762. பந்தல் கால் நாலு
பவழக்கால் நாலு
வெள்ளித் தடி இரண்டு
வெண்சாமரம் ஒன்று! – அது என்ன?

763. பட்டை உண்டு கட்டை இல்லை
இலை உண்டு கிளை இல்லை
பூவுண்டு மணமில்லை
பழம் உண்டு விதை இல்லை
கன்று உண்டு மாடும் அல்ல! – அது என்ன?

764. பச்சைப் பாம்பைப் பிடித்து,
முதுகு நெட்டை எடுத்து
பச்சை வெண்ணெய் தடவி
குச்சுக்குள்ளே போட்டேன்! – அது என்ன?

765. நேர் கிழக்கு நெல்லித் தோப்பு
செங்கல் அறுக்க செவ்வந்தி பூக்க
பெட்டியைத் திறக்க
இரத்தினம் பறக்க! – அது என்ன?

766. நீலப் பட்டுச் சேலைக்காரி
நிலையில்லாத போக்குக்காரி
ஊருக்குதவும் வள்ளல் பாரி!
உலகினர் வேண்டும் உயர்ந்த நாரி!
– அவை என்ன?

767. அன்றாடம் மலரும்
அனைவரையும் கவரும் – அது என்ன?

768. அரையடிப் புல்லில்
ஏறுவான் இறங்குவான் – அவன் யார்?

769. அரைப்படி அரிசி பொங்கி
ஆயிரம் பேர் உண்டு,
அரைச்சட்டி மிச்சம் – அது என்ன?

770. அரைச் சாண் ராணி
அவளுக்குள்ளே ஆயிரம் முத்துகள் – அது என்ன?

771. அரன் வீதி வர மரமிரண்டும்
கரத்தினில் ஏந்திச் சென்றனனே – அது என்ன?

772. அருங்கோடைத் தொழிலாளர்
ரம்பத்துக்கு இரு புறமும் பற்கள் – அது என்ன?

773. அரியகுடி பெரியாத்தா
அவளே கெட்டிக்காரி
பால் கொடுக்காமல்
பிள்ளை வளர்ப்பாள்
பலே கெட்டிக்காரி! – அது என்ன?

774. அலை அலையாய் ஆடிவரும், கடலும் அல்ல
நிலையாக இருக்காது, நிலவும் அல்ல!
– அது என்ன?

775. அரசர்களில் ஒருவர் பெயர்
கொண்டவனின் பெயர்
ஒரு நதியின் பெயர்
உடலின் பெயர்
ஒரு மரத்தின் பெயர்
இந்த ஐந்து பெயர்களின்
நடு எடுத்துகளை ஒன்று சேர்த்தால்
விநாயகர் வர வேண்டும். – அது எது?

776. கொதிக்கும் எண்ணெயால் ஏற்படும் வடு
காயத்தினால் உடலில் உண்டாகும் வடு
நாளாக ஆக மறைந்துவிடும்.
ஆனால் இதனால் மனத்தில் உண்டாகும் வடு ஆறாது
– அது என்ன?

777. அர்த்த ராத்திரி வேளையிலே
ஆயிரம் பேர் கூடையிலே
ஆட்டம் பாட்டம் போடையிலே
அவளும் அவனும் படுக்கையிலே! – அது என்ன?

778. அப்பாடா என்ற காய் காய்க்கும் – அது என்ன?

779. அழகான வாசலிலே கம்பளியை விரிச்சு,
அதிகாரி மகள் கையைப் பிடித்து
நோகுது நோகுது போவுது போவுது! –அது என்ன?

780. அப்பன் தொந்தி வயிறன்
அண்ணன் கருத்தாளி
மகன் செலவாளி – அவர்கள் யார்?

781. அம்மான் அகத்துக் கொல்லையிலே
பட்டாக் கத்தி தொங்குது – அது என்ன?

782. அம்மா கொடுத்த தட்டிலே
தண்ணீர் விட்டால் நிற்கவில்லை – அது என்ன?

783. அம்பலத்தில் ஆடும் அழகுக் கண்ணனுக்கு
அங்கம் முழுவதும் தங்கக் கண்ணாடி – அவை
என்ன?

784. அர்த்த ராத்திரி ஆட்டம்
அஞ்சாறு பேர் வந்தால் ஓட்டம் – அது என்ன?

785. அம்மைக்கு அதிகாரம்
பிள்ளைக்குத் தலைச்சுற்றல் – அது என்ன?

786. அந்திப் பொழுதாகி
அப்பொழுதே சூடாகி
பொழுது விடிகிறபோது
புத்திரனை பெற்றெடுத்தாள் அவள் – அவள் யார்?

787. அத்தான காட்டிலே
நாலு பேர் நனையாமல் நிற்கின்றார் – அது என்ன?

788. அந்தரத்திலே பறக்கும், பறவையும் அல்ல.
அழகான வாலுண்டு, குரங்கும் அல்ல
– அது என்ன?

789. அந்தரத்திலே தொங்குவது
செம்பும் தண்ணீரும் – அது என்ன?

790. அதோ போகிறான் சிறுவன்
அவன் போகும் இடம் தெரியாது – அவன் யார்?

791. அது ஓர் அழகு தேவதை
ஆடும் தேவதை – அது என்ன?

792. அதிசயக் குளத்திலே
அற்புதக் குருவி ஒன்று
வாலினால் தண்ணீரை
வற்ற வற்றக் குடிக்குது – அது என்ன?

793. ஒரு ஊரின் பெயர், கடலிலே விளையும் ஒன்று
நன்றியுள்ள பிராணியுடன்
பட்டி எனும் சொல் சேர்ந்து வரும் – அது என்ன?

794. அத்தையில்லா அத்தை
என்ன அத்தை?

795. ஆடாது அசையாது நின்றால் ஒரு பிராணியின்
பெயரைச் சொல்லித் திட்டுவோம்.
அதனுடன் ஒரு பட்டி சேர்ந்தால்
அதுவே ஒரு ஊரின் பெயர் – அது என்ன?

796. அத்திக்கட்டை முள் எடுத்து
அடைப்பாரும் இல்லை
அழகான பூ எடுத்து
முடிப்பாரும் இல்லை – அது என்ன?

797. அத்தானக் காட்டில்
அண்ணன் குடைபிடித்து நிற்கிறான் – அது என்ன?

798. அண்டாவில் அண்டா என்ன அண்டா?

799. அத்துவான ஆலங்காட்டில்
அங்கம்மாள் ஊஞ்சலாடுகிறாள் – அவள் யார்?

800. அண்ணனும் தம்பியும்
விர்னு போறாங்க – அவர்கள் யார்?

801. நிலத்தில் முளைக்காத செடி
நிமிர்ந்து நிற்காத செடி – அது என்ன?

802. அணில் ஏறாத கொம்பு என்ன கொம்பு?

803. அடிமேல் அடிவாங்கி
அனைவரையும் சொக்க வைப்பான் – அவன் யார்?

804. நித்தம் கொட்டும் சத்தம் இல்லை – அது என்ன?

805. மரம் பருமரம்
பருமரத்தில் பன்னிரண்டு கொப்பு
கொப்புக்கு முப்பது பூ – அது என்ன?

806. அடே புடே என்பான்
வீட்டைவிட்டு வெளியேற மாட்டான்
– அவன் யார்?

807. அடுக்கடுக்காய் இலையுண்டு, ஆதண்டையன்று
கொத்துக்கொத்தாய்ப் பூப்பூக்கும், முருங்கை யன்று
கோணக்கோணக் காய்க்கும், புளியுமன்று
– அது என்ன?

808. அடிபட்டாள் உதைபட்டாள் சிறுக்கியவள்
அந்தரங்கம் பல உரைத்தாள் சிறுக்கியவள்
அத்தான் என்று அணைய வந்தாள் சிறுக்கியவள்
கைதொட்டேன் கட்டியணைத்தேன்
முத்தமிட்டேன் முழுமதியை – அது என்ன?

809. அடித்த இடத்தில் இருக்கும்
அனைவரும் பார்த்து ரசிப்பர் – அது என்ன?

810. அடி காட்டுக்கு; நடு மாட்டுக்கு,
நுனி வீட்டுக்கு – அது என்ன?

811. அடிக்காத பிள்ளை
அலறித் துடிக்கிறான் – அவன் யார்?

812. அடித்து நொறுக்கி
அனலில் போட்டால்
ஆவியாகத் தோன்றும்
அழகாய் மணக்கும் – அது என்ன?

813. உலகில் மெலிந்தவன்
உடுப்பைக் காப்பவன்! – அது என்ன?

814. அடி சிவப்பு; நடு பச்சை; உச்சி வெள்ளை
– அது எது?

815. அட்டைக்காரிப் பெண்ணுக்கு
உச்சந்தலை மஞ்சள் – அது என்ன?

816. அசைந்து அசைந்து வருது
ஆறுசக்கரம் உருண்டு வருது.
குதிரை பாய்ந்து வர
கொம்பும் பறந்துவர
நாதசுரம் ஊதிவர,
நாலாயிரம் பேர்
"ஹர ஹர" என்று கூறி வர வருவது – அது என்ன?

817. அங்கமுத்து வாசலில்
தொங்குமுத்து ஆடுது
அதையெடுத்து வாயில் போட்டால்
திக்கு முக்காடுது! – அது என்ன?

818. அகன்ற வாய் உடையவன்
திறந்தவாய் மூடாதவன்! – அவன் யார்?

819. அச்சு இல்லா சக்கரம்
அழகு காட்டும் சக்கரம்
அணங்கு பூட்டும் சக்கரம்! – அது என்ன?

820. அடி அடி என்று அடித்து
உரிஉரி என்று உரித்து
உள்ளிருப்பதை எடுத்துக் கொண்டு
மேலே இருப்பதை எறிந்துவிட்டேன்!
– அது என்ன?

821. அடங்கிக் கிடப்பான்
எடுத்துக் காதில் வைத்தால்
ஆயிரம் கதை அளப்பான்! – அவன் யார்?

822. அஞ்சு விரல் அமர்ந்தாடப்
பத்து விரல் பந்தாட
சூரியனுடன் வாதாட
எமனுடன் போராட! – அது என்ன?

823. அச்சா அஞ்சர பெட்டி
அழகாகத் தைத்த பெட்டி
மூடிதிறக்க முப்பது நாள் அகும் – அது என்ன?

824. அடர்ந்த காட்டின் நடுவே ஒருபாதை
– அது என்ன?

825. சுகத்திலே சுகம் என்ன சுகம்?

826. தலையில் கிரீடம் வைத்த தங்கப்பழம் – அது எது?

827. அக்கரைக்கும் இக்கரைக்கும் காலூன்றி,
அழகான சங்கிலியை மேல்பூட்டி
வெள்ளித் திருகாணியைக் கழட்டிவிட்டால்
வீசும் நாழிகையில் போய்விடும் – அது என்ன?

828. அக்ரகாரம் எப்படி அழிவது?
ஆனபயிர் எப்படிக் கெடுவது?

829. தினவெடுத்தால் செய்யும் பட்டி
இது இல்லையெனில்
குடியிருக்க வேண்டாம் எனும் பட்டி
மரத்திலே உயரிய மரத்தினைக் குறிக்கும் பட்டி
– இவை யாவை?

830. அவள் ஒரு பாடகி
ஆனால் பெண் அல்ல! – அது என்ன?

831. அவுத்து விட்ட மாடு
தொறதொறன்னு கழியுது! – அது என்ன?

832. அறுவகை உணவோடு
இலையில் சோறு போட்டு
இலையை எடுத்து விட்டு
இலையிலே சாப்பிடு! – அது என்ன?

833. அறிவின் மறுபெயர்
இரவில் வருவது – அது என்ன?

834. அழுத்தி மிதித்தால்
அலறிக் கொண்டு ஓடும்! – அது என்ன?

835. காவலுக்குக் கெட்டிக்காரன்
கள்ளருக்குப் பொல்லாதவன்
வேட்டைக்குக் கெட்டிக்காரன்
வீணருக்கு வம்புக்காரன்
பழகினாலும் விடமாட்டான்
பாசத்திலே நிறைந்திருப்பான் – அவன் யார்?

836. காலைக் கடிக்கும் செருப்பல்ல
காவல் காக்கும் நாயல்ல – அது என்ன?

837. வெளியே ஆயிரம் முள் காவல்
வெட்டிப் பிளந்தால் பிசு பிசுக்கு
துடைத்துப் பார்த்தால் காளான்கள்
அதையும் நீக்கினால் அல்வாத்துண்டு!
– அது என்ன?

838. புழுவாய்ச் சில நாள் திரியும்
கூட்டுக்குள் சிலநாள் ஒளியும்
கூட்டை உடைத்து அது வந்தால்
கொள்ளை அழகு – அது என்ன?

839. கிள்ளினாலும் சிணுங்காது
கடித்தாலும் அழாது
வெட்டினாலும் தடுக்காது
பின்னும் வளரும் – அது என்ன?

840. விண்ணின் வீதியிலே விளையாடிச் சிரிப்பாள்
மண்ணில் மாந்தரின் கண்ணைப் பறிப்பாள்
– அவள் யார்?

841. பழமையானவள் என்றாலும் இனிமையானவள்
இளமையானவள் என்றும் வளமையானவள்
எண்ணத்தில் நடனமிடும் ஏந்திழையாள்
– அவள் யார்?

842. ஆடி ஓடித் திரிந்து அடங்கிப் போன பின்னாலே
நாலு பேரு தோள் மேலே நகர்ந்து போகும்
– அது என்ன?

843. ஆறடி மனிதனின் அதிஷ்டத்தைக் கண்டிட
அரை அடி இடத்திலே அமைந்துள்ள கோடுகள்
– அவை என்ன?

844. மரத்து மேலே தொங்கும் வீடு
மனங்கவரும் புல்லு வீடு
குடியிருக்க நல்ல வீடு
கொத்தனார் கட்டாத வீடு – என்ன வீடு?

845. அவரைக்காய் காய்ப்பதேன்
அடுத்தவர் பின்னே சுற்றுவதேன்?

846. கயிறால் சுற்றிக் கட்டவிழ்த்து எறிந்தால்
தரையில் நின்று தலையாடிச் சுற்றுவான்
– அவன் யார்?

847. உருட்டி மிரட்டி விழித்தாலும்
அடித்துக் கொண்டே இருக்கும்
துன்பம் ஏதும் நேராமல்
கதவாய் மூடிக் காக்கும் – அது என்ன?

848. வரிசையாய் பற்களுண்டு மடிக்க உதவாது
மேல் வரிசை கறுப்பு கீழ்வரிசை வெளுப்பு
காற்றை அழுத்திக் கைவைத்தால்
கானம் பாடலாம் கனிவாக – இது என்ன?

849. விதவிதமாய் அலங்கரித்து
வீதியிலே போற பெண்ணின்
முன்னே ஆயிரம் பேர், பின்னே ஆயிரம் பேர்
கண்ணால் கண்டவர்
கன்னத்தில் போட்டுக் கொள்வார் – அது என்ன?

850. குளிர்ந்த நேரத்தில் முத்தாகப் பிறந்தாள்.
கும்மிருட்டு மறைந்தவுடன் அவளும் இறந்தாள்
– அது என்ன?

851. பளிங்கு வெள்ளை உருண்டைக்குள்ளே
பதுங்கி இருக்குது மஞ்சளும் வெள்ளையும்
– அது என்ன?

852. கூட்டுக்குள் குடி இருக்கும் குருவி அல்ல
கொலை செய்யப் பாயுமது வீரனல்ல.
– அது என்ன?

853. குண்டு குண்டு ஈச்சம் முள்ளு
கோடரி ஈச்சம் முள்ளு
மதுரைக்குப் போனாலும்
வாடாத ஈச்சம் முள்ளு! – அது என்ன?

854. குண்டன் குழியிலே விழுந்தான்! – அவன் யார்?

855. குடிக்கத் தண்ணீர் உண்டு
குளிக்கத் தண்ணீர் இல்லை! – அது என்ன?

856. குட்டைப் பயல் குழியில் விழுந்தான்
நெட்டைப் பயல் எடுத்துவிட்டான்! – அவன் யார்?

857. குடிக்க உதவாத நீர்
குளத்தில் தங்காத நீர்
கைகளால் தொடாத நீர் – அது என்ன?

858. கூடவே வரும், உதவி செய்யாது! – அது என்ன?

859. கூழைக் கொதிக்க வைக்கும்
கும்பியைக் குளிர வைக்கும்
கூரையில் ஏறினால்
குடியைக் கெடுத்து நிற்கும்! – அது என்ன?

860. கூட்டத்தாள் கூப்பிடவராள்
குடுமியாற்றல் ஓர் கொண்டையாள் – யார்?

861. கூனற் கிழவனுக்குக்
குதிகால் வரை பற்கள் – அது என்ன?

862. கையும் இல்லை, காலும் இல்லை
கட்டப் பொண்டாட்டி!
கை எடுக்கும் நேரம் எல்லாம் காரியக்காரி!
– அவள் யார்?

863. கையில்லாமல் நீந்துவேன்
கொம்பிருந்தும் குத்தமாட்டேன்! – நான் யார்?

864. கைகளுண்டு, கால்களில்லை
உடலுண்டு, தலையில்லை
கையை விட்டுக் கழற்றினால்
அது சுருங்கிப் போகும்! – அது என்ன?

865. கையில்லாமல் நீந்துவான்
கால் இல்லாமல் ஓடுவான் – அவன் யார்?

866. கொம்புக்காளை இறங்கி வருது
பிடிக்கப் போனால் கொம்பைக் காணோம்!
– அது என்ன?

867. பிடுங்கலாம் நடமுடியாது – அது என்ன?

868. கொண்டையில் பூவுண்டு
எடுக்க நாதியில்லை!
காலில் முள் உண்டு
எடுக்க ஆளில்லை! – அது என்ன?

869. கொச்சி மிளகு கோயமுத்தூர் பருத்தி
தஞ்சாவூர் வாழைக்காய் மூன்றுக்கும் ஒரே காம்பு!
– அது என்ன?

870. கொக்கு நிற்க நிற்க
குளம் வற்ற வற்ற! – அது என்ன?

871. கொம்படா கொம்படா புளியங் கொம்படா
நின்று தாக்கடா உயிரைப் போக்கடா!
– அது என்ன?

872. கொட்டையைத் தின்றுவிட்டு
நாட்டையைப் போட்டு விடுவது! – அது என்ன?

873. கொல்லையிலே சோறு பொங்கி வைத்தேன்
காக்காய் திங்கவில்லை கழுகும் திங்கவில்லை!
– அது என்ன?

874. சேற்றுக்குள்ளே வாழ்பவனுக்கு
ஆகாசத்தில் நண்பனாம் – அது என்ன?

875. கோடி கோடி வெள்ளிப் பணம்
ஓடி விடுவது சாலைப் பயணம்! – அது என்ன?

876. கோழிக்குஞ்சு பொரிப்பதெப்படி?
தாழி நெய்யை எடுப்பதெப்படி?

877. கோட்டையிலே குமுதவல்லி செட்டி!
அவன் பெண்டாட்டி எருமைக்கடா மட்டி!
அவள் பிள்ளை நவரத்தினக் கட்டி! – அது என்ன?

878. கோணக் கோணப் புளியங்காய்
கொங்கு நாட்டுப் புளியங்காய்
உங்கள் நாட்டிலேயிருந்து
எங்கள் நாட்டிற்கு வருகிறது! – அது என்ன?

879. சன்னல் பின்னல் கயிறு
சாதியில்லாக் கயிறு
எண்ணெய் படாத கயிறு
– அது என்ன கயிறு?

880. சலசலப்பான், சண்டைக்கு நிற்பான்
அவன் கிடக்கிறான் பொந்துக்குள்ளே
– அவன் யார்?

881. சலசல என்று சத்தம் போடும்
பேச மட்டும் வராது! – அது என்ன?

882. சலசலன்னு சந்திக்குப் போவா
அவ கெடப்பா பொந்துக்குள்ளே! – அது என்ன?

883. கோவிலுக்குப் போனானாம் எங்க தம்பி
தீர்த்தம் விட்டானாம் தங்கத் தம்பி! – அவன் யார்?

884. சகட விகட கர்ணம் சங்கிலி நாம கர்ணம்
நாலு மூலை கர்ணம் நடுவிலே கும்ப கர்ணம்!
– அது என்ன?

885. சடசட மாங்காய் சங்கிலி ரோடு
விழுந்தால் கறுப்பு தின்றால் தித்திப்பு
– அது என்ன?

886. கரைந்து போகுது வெள்ளித்தட்டு – அது என்ன?

887. சல்லடை முள்ளை எடுத்துக்
கொள்ளிடம் கட்டி
மீதி முள்ளை எடுத்துப்
போட்டுக் கொள்ளலாம் – அது என்ன?

888. சடசட கட்டப் பாறை
சங்கிலி தொடுத்த பாறை
எமன் தொடுத்த பாறை
எவராலும் எடுத்து நிறுத்த முடியாது!
– அது என்ன?

889. சத்தம் உண்டு, கலகம் இல்லை
அடி உண்டு, காயம் இல்லை
பூ உண்டு, மணம் இல்லை
முள் உண்டு, வேலி இல்லை! – அது என்ன?

890. சருவும் சண்டும் சாப்பிடுமாம்
எங்கள் மயிலைக் காளை
நீரைக் கண்டால் செத்துக் கிடக்குமாம்
எங்கள் மயிலைக் காளை – அது என்ன?

891. சள்ளு வள்ளு நாய் குரைக்கும்
சாத்துப்படியான் தோப்பிலே!
முட்டையிடும் குஞ்சு பொரிக்கும்
மூங்கிலடியான் தோப்பிலே! – அது என்ன?

892. சலசல என்ற தாம் ஒரு குருவி!
சாலாக்கி போடுதாம் ஒரு குருவி!
குத்தி எடுக்குதாம் ஒரு குருவி!
கொண்டோடுதாம் ஒரு குருவி! – அது என்ன?

893. ஜனக நகரின் பெயர்,
அனுமான் பெயர்,
பார்வதி தேவியின் பெயர்,
கொண்டவனின் பெயர்,
ஒரு அவயவப் பெயர்,
ஒரு நாதத்தின் பெயர்
இந்த ஆறு பெயர்களின்
நடு எழுத்துக்களை எல்லாம் ஒன்று சேர்த்தால்
ஒரு ஸ்தலத்தின் பெயர் – அப்பெயர் என்ன?

894. நான்கெழுத்துச் சொல் அது,
ஆடம்பரத்தைக் குறிக்கும்.
நடு இரண்டு எழுத்தை எடுத்தால்
படுக்கச் சொல்லும்
இரண்டாவது எழுத்தை எடுத்தால்
உயர்ந்த ரகத் துணியைச் சொல்லும் – அது என்ன?

895. சாந்து பூசின கோவிலுக்குள்
பூந்து புறப்பட வழியில்லை! – அது என்ன?

896. அழகான நெட்டை ராசாவுக்கு
ஆயிரம் அடி அடித்தாலும்
வலிக்கவே வலிக்காது! – அது என்ன?

897. அவரோ பெரியவர்
அவர் இலையோ சிறியது
அவர் பெற்றதெல்லாம் கோணல்! – அது என்ன?

898. அள்ளலாம் கிள்ள முடியாது! – அது என்ன?

899. அறைகள் அறுநூறு
அத்தனையும் ஒரு கனவு! – அது என்ன?

900. ஆளிரண்டுக்கு ஆசனம் ஒன்று! – அது என்ன?

901. ஆறு எழுத்துள்ள ஒரு உலோகப் பெயர்
அதன் கடை மூன்று எழுத்துக்கள் சேர்ந்தால்
ஒரு கொடிய பிராணி – அது என்ன?

902. உடம்பு முழுவதும் முள் – அது என்ன?

903. ஆறுமாதப் பெண்ணுக்கு
அடிவயிற்றில் கர்ப்பம்
எண்ணிப் பார்த்தால் எழுபது பிள்ளை!
– அது என்ன?

904. ஆனையில்லா ஆனை என்ன ஆனை?

905. ஆணியை எதில் அடித்தால் இறங்கும்?

906. ஆடி அசைந்து வரும்
தங்கம் வளைந்து வரும்
தலைசாயும் நேரம் பார்த்துக்
காத்திருப்பான் விவசாயி! –அது என்ன?

907. ஆகாரத்திலேயும் ஆகாரம்
என்ன ஆகாரம்?

908. ஆகாசத்துக்கும் பூமிக்கும் ஒரே சங்கிலி
– அது என்ன?

909. அந்தணர்களைக் குறிக்கும் ஒரு பட்டி,
மலரைக் குறிக்கும் ஒரு பட்டி,
நெடிதுயர்ந்த மரத்தைக் குறிக்கும் ஒரு பட்டி –
இவை எவை?

910. ஆயிரம் பேர் கூடி வரும்
அழகர் மலை! – அது என்ன?

911. சுத்தமாக நீந்தத் தெரியாது
ஆனால் கவலையின்றி கிணற்றில் செல்வான்.
– அவன் யார்?

912. ஆனை ஏறாத மலையிலே
ஆடு ஏறாத மலையிலே
ஆயிரம் பூ பூத்திருக்கு! – அது என்ன?

913. ஆற்றிலே பத்து மரம்
அசையுது பிடுங்க முடியவில்லை! – அது என்ன?

914. ஆள் இறங்காத கிணற்றிலே
மயில் இறங்கித் தண்ணீர் குடிக்குது! – அது என்ன?

915. ஆழக் குழிபறித்து
நீள விதை போட்டு
வருஷம் ஐந்தாகியும்
முளைத்து வரவில்லை – அது என்ன?

916. ஆதவன் உதித்தால் மறைந்திடுவான்;
ஆயிரம் விளக்கை அணைத்திடுவான்!
– அவன் யார்?

917. ஆயிரஞ் சரக்கில்
அக்கா என்கிற சரக்கு
என்ன சரக்கு?

918. ஆகாயத்தில் அரிவாள்கள்! – அவை யாவை?

919. ஆடி அசைந்து வர
அடியில் சிந்திவர
கூடிய பெண்கள்
கூந்தலை ஆட்டி வர! – அது என்ன?

920. ஆட்டமும் பாட்டமும் அதனாலே
கேட்டமும் ஊட்டமும் அதனாலே
கூட்டமும் நாட்டமும் அதனாலே! – அது என்ன?

921. ஆடு மேயுது, தோல் காயுது! – அது என்ன?

922. ஆறுகால், நாலு ரெக்கை
அடிக்கடி மேலே பாயும்
ஈ என்ற இளிச்சவாயா – இது என்ன?

923. ஆரஞ்சிக் காட்டிலே
ஈரைந்து விட்டேன்
வந்தால் பதினைந்து
வராவிட்டால் ஓரைந்து! – அது என்ன?

924. ஆட்டி விட்டால் ஆடுவது
அந்தரத்தில் தொங்குவது!
– அது என்ன?

925. ஆத்தி மரத்தடியில்
கல்லுக்கும் முள்ளுக்கும்
வேலி அடைக்கிறான் ஒருவன்! – அவன் யார்?

926. ஆடையில்லாக் கறுப்பழகி
ஆடிச்சுழன்று பாடுகிறாள்! – அவள் யார்?

927. கறுத்தவன் வளர்ந்தவன்
படர்ந்த தலைக்காரன்
பெட்டி கொடுத்தான்
முறம் கொடுத்தான் – அது என்ன?

928. கோட்டைக்குள்ளே இரண்டு பேர்,
மூன்று பேர் கோட்டையை உடைத்தால்
வெளியே வருவார் – அவர்கள் யார்?

929. ஆற்றோரம் போகும் கள்ளக் கடாவுக்கு
கிள்ளிப் பிடிக்க மயிர் இல்லை! – அது என்ன?

930. ஆனை விரும்பும்
சேனை விரும்பும்
அடித்தால் வலிக்கும்
கடித்தால் இனிக்கும் – அது என்ன?

931. ஆளுமில்லா இடத்தில்
அங்கம்மா குடை பிடிக்கிறாள் – அது என்ன?

932. அவளுக்கும் அவனுக்கும் தூது போகும்
பறந்து அடிபட்டு குத்துப்பட்டு
வீடு வந்து அடங்கிக் கிடக்கும் – அது என்ன?

933. ஆனை போகுது
தாரை தெரியவில்லை! – அது என்ன?

934. இனிப்புக்கு எதிரி
இதழுக்கு உவமை! – அது என்ன?

935. இலை இல்லாத மரம்
கலகல என்று ஆடுது! – அது என்ன?

936. இருட்டு அறையில் முத்து வரிசை! – அது என்ன?

937. இருந்தாலும் இறந்தாலும் பறந்தாலும்
இறக்கை மடக்காத பட்சி – என்ன பட்சி?

938. இருகுழி தோண்டி ஒரு கால் கிட்டுதல்!
– அது என்ன?

939. இலையுண்டு, கிளையில்லை
பூ உண்டு, காய் இல்லை! – அது என்ன?

940. இரவெல்லாம் பூங்காடு
பகலெல்லாம் வெறுங்காடு! – அது என்ன?

941. இரண்டு மாடுண்டு
நாலு காலுண்டு
கன்றுண்டு கறப்பதில்லை! – அது என்ன?

942. திரவம் நிறைந்த வீடு தானாகக் கொட்டாது
நெருங்கினால் கொட்டும் பிழிந்தால் கொட்டும்
– அது என்ன?

943. இராசாத்தி ராஜ பிள்ளை
அவள் பூசறது கெந்தகப் பொடியில்லை
அவள் வயிற்றிலே ஆறு மாதப்பிள்ளை!
– அது என்ன?

944. அருகருகே இரண்டு குளம்
இரண்டிலும் இரண்டு மீன்கள்
ஆனால் ஒன்றையொன்று பார்த்துக் கொள்ளாது
– அது என்ன?

945. இரட்டைக் குதிரை ஜோடி
கள்ளு முள்ளு நாடி
கனைக்காமல் ஓடி
காலைப் பார்த்து வாடி! – அது என்ன?

946. குண்டு ராசாவுக்கு குடல் முழுக்க பல்
– அது என்ன?

947. குள்ளப் பெண் குலுங்கி நடந்தால்
கூடவே போகணும்! – அது என்ன?

948. சளசளக்கும், சண்டைக்கும் போகும்
வந்து கிடக்கும் பொந்துக்குள்ளே! – அது என்ன?

949. பட்டைபட்டை நீக்கி
பதினாறு பட்டை நீக்கி
முத்துப் பட்டை நீக்கி
முன்னால் வருவாள் சீமாட்டி! – அது என்ன?

950. மஞ்சள் நிறத்துக்காரன் பந்துபோல் உருவக்காரன்
கனியாக இருந்திடுவான், ஆனால் கடித்துத்
தின்பாரில்லை – அவன் யார்?

951. பரந்த காட்டேரிக்குப்
பக்கமெலாம் சடை! – அது என்ன?

952. கை இரண்டையும் ஆட வைக்கும்
கந்தல் எல்லாம் கூட்டி வைக்கும்! – அது என்ன?

953. காத வழி போனாலும்
கைகடுக்காச் சுமை! – அது என்ன?

954. கலம் பிடிக்கும் கால்
பதினாறு முழம் வால்! – அது என்ன?

955. கற்றாழை மடல் நிறத்தாள்
காமனுடன் பிறந்தாள்
வெற்றிலை தின்றறியாள்
உதடோ சிவந்திருக்கும் – அது என்ன?

956. பாத்தி சிறுபாத்தி பாயிறது கருந்தண்ணி
பூக்குறது எந்த பூ – அது என்ன?

957. மூன்று பேர் நடனமாடி, முடிவில் இருவர்
தென்படுவர் – அது என்ன?

958. கண்ணிற்கு ஒளி கொடுப்பான், அதன் கீழிருக்கும்
பெயர் கொள்வான் – அவன் யார்?

959. மூன்றெழுத்துக் கொடை அது. நடு எழுத்து
இல்லாவிட்டால் பிராணி, கடை எழுத்து
இல்லாவிட்டால் ஓடுவான் – அது என்ன?

960. பதுங்கி வருவான் கள்வன் அல்ல
பாய்ந்து பிடிப்பான் திருடனை அல்ல
வீட்டிலேயே இருப்பான் கள்வன் அல்ல
– அது என்ன?

961. தாயின் வயிற்றில் பிறப்பது
தரணி எங்கும் சிறப்பது! – அது என்ன?

962. தாய் தெருவிலே,
மகள் கொலுவிலே! – அது என்ன?

963. நாலு மூலை நாடகச் சாலை
நடுவிலிருக்கும் பாடகச் சாலை
ஆடும் பெண்கள் பதினாறு
ஆட்டி வைப்பது இரண்டு பேர்! – அது என்ன?

964. நித்தம் கொட்டும்; சத்தம் இல்லை! – அது என்ன ?

965. நீண்ட நெடும் பாம்பு,
நெளியாத கரும் பாம்பு,
அசையாது படுத்திருக்கும்
அடிபட்ட செத்த பாம்பு! – அது என்ன?

966. நெட்டை அக்கா தாக்குகிறாள்
குட்டை அக்கா தாங்குகிறாள்! – அது என்ன?

967. நேரங் கண்டு இரையும்
நெடுந்தூரம் பரவும்! – அது என்ன?

968. பிறக்கும்போது சுருண்டிருக்கும்
பிறந்த பின் விரிந்து இருக்கும்! – அது என்ன?

969. பூட்டில்லாப் பெட்டிக்குள்ளே
போட்டிருக்கும் வைரக்கல்
வைரக்கல் ஒளியாலே
வையகமே தெரியுதடி! – அது என்ன?

970. பூமியிலே பொன் மரப்பாச்சி
புதைத்து வைத்திருக்கிறது! – அது என்ன?

971. மந்திரமெல்லாம் ஒரு முட்டைக்குள்ளே
மானமெல்லாம் ஒரு கொட்டைக்குள்ளே!
– அது என்ன?

972. மலைகள் பிறந்த நாட்டிலே
இலைகள் கவிழ்ந்த மரம்! – அது என்ன?

973. பொன் நகையால் பூட்டிருக்கும்
சொன்னதை எல்லாம் உள்ளிழுக்கும்!
– அது என்ன?

974. எழுதுவதற்குப் பயன்படுவான்
மரத்திலிருந்து வருவான்
எழுதியதை அழிப்பான்
அவனும் மரத்திலிருந்தே வருவான்
– அவர்கள் யார்?

975. மண்டையில் போட்டால் மகிழ்ந்து சிரிக்கும் – அது என்ன?

976. மலைமேல் இருக்கிற மங்கைத் தாய்க்கு
ஈருமில்லை, பேனுமில்லை
எடுத்துக் குத்துவார் யாருமில்லை! – அது என்ன?

977. காம்பு இல்லாத காய் என்ன காய்?

978. பொடிப் பையனுக்குப் பொட்டு உருமால்!
– அது என்ன?

979. முக்காட்டுக்குள்ளே மூணுபேர்
வெயிலடித்தால் வெவ்வேறே! – அது என்ன?

980. எங்க அம்மா சின்னம்மா,
சேலை கட்டாத பொன்னம்மா! – அது என்ன?

981. எங்க வீட்டு எருமைக்கு
வருடம் ஒரு மேய்ச்சல்! – அது என்ன?

982. சிகப்பு உருவக்காரன்
நீலமாய் எரிவான் – அவன் யார்?

983. வெள்ளை நிறமுடையார்
ஒருவர் இனிப்பார், ஒருவர் கரிப்பார்
– அவர்கள் யார்?

984. உடம்பில்லா ஒருத்தன் பத்து சட்டை
அணிந்திருப்பான் – அவன் யார்?

985. நேராக நிற்பான் வளைந்தும் கொடுப்பான்
பரட்டைத் தலையன்
நாவில் இனிப்பான் நல்லதே செய்வான்
– அவன் யார்?

986. முடியும் இல்லாத, முகத்திலும் இல்லாத தாடி
– அது எது?

987. கோபுரமாய் நிற்கும். தலையைச் சீண்டினால்
விதவிதமாய் ஒளிரும் – அது என்ன?

988. தன்னைத்தானே பலி கொடுப்பான்!
மற்றவர்களுக்கு ஒளி கொடுப்பான்! – அது என்ன?

989. நித்தம் கொட்டும் சப்தம் இல்லை – அது என்ன?

990. அடித்தாலும் உதைத்தாலும் அழமாட்டான்.
– அவன் யார்?

991. தவழ்ந்து விளையாடும் கிளி!
தரணியில் உள்ளோர் விரும்பும் கிளி!
பேசத் தெரியாத கிளி!
பேசாமலும் இருக்காத கிளி! – அது என்ன?

992. தளுக்கு மினுக்குக்காரி!
தாழ்வில்லா ரோசக்காரி!
தழுவ இடம் கொடுத்தால்
தலைக்கு மேல் ஏறுவாள்! – அவள் யார்?

993. தரையில் காலும்
இடையில் தசமும்
எல்லையில் வில்லும் சேர்ந்தால்
எல்லாரும் விரும்பும் பொருளாகும்! – அது என்ன?

994. பற்கள் இருக்கும், கடிக்க மாட்டான்
– அவன் யார்?

995. தலை இல்லாதவன், தலையைச் சுமப்பவன்
– அவன் யார்?

996. தளதள மேனிக் கெம்புக்கல்!
தவழ்ந்து செல்லும் கெம்புக்கல்!
நீரில் மிதக்கும் கெம்புக்கல்!
நித்திரைக் கெடுக்கும் கெம்புக்கல்! – அது என்ன?

997. ஆடி ஆடி நடந்தான்
அமைதியாக அதிர வைத்தான் – அவன் யார்?

998. மூன்றெழுத்துப் பிராணி அது
நடு எழுத்தை எடுத்துவிட்டால் கதையளக்கும்,
கடையெழுத்து ஒரு தமிழ் மாதம்.
அதை விடுத்தால் தூக்கு மரம் – அது என்ன?

999. ஐந்தெழுத்து கொண்ட ஊர் அது.
முதலிரண்டு எழுத்து பாட்டைக் குறிக்கும்
முதலெழுத்தும் கடையிரண்டெழுத்தும்
பிராணிகளை அடைக்கும் இடத்தைக் குறிக்கும்
முதலெழுத்தும் கடையெழுத்தும் பிடிக்கச் சொல்லும்
– அது என்ன?

1000. தலையில் முளைத்திருக்கும்
இலையில்லா மரம் – அது என்ன மரம்?

1001. காற்றைக் குடித்து காற்றில் பறப்பான்
– அது என்ன?

1002. தண்ணீரும் மழையும் இல்லாமல்
பயிர் பச்சையாய் இருக்கிறது!

பாக்கு வெற்றிலை போடாமல்
வாய் சிவப்பாய் இருக்கிறது – அது என்ன?

1003. எல்லோருக்கும் வேண்டும் அந்த நான்கெழுத்து.
முதலெழுத்துப் போனால் மானைக் குறிக்கும்.
கடை இரண்டு எழுத்தை அரசே வசூலிக்கும்
– அது என்ன?

1004. தண்டு இல்லாத வட்ட இலை! – அது என்ன?

1005. தண்ணீரில் ஓடி வரும் தத்துவப்பசு!
தரை மீதில் ஓடாத வித்துவப்பசு! – அது என்ன?

1006. தண்ணியில்லாக் குட்டையிலே
தத்தளிக்கும் கெண்டைமீன்! – அது என்ன?

1007. தண்ணீரில் மிதக்கும் கப்பல் அல்ல
கனமாய் இருக்கும் கல்லும் அல்ல
வெயிலில் உருகும் வெண்ணெயும் அல்ல!
– அது என்ன?

1008. தண்ணீர் இல்லாமல் வளரும்
தரையில்லாமல் படரும்! – அது என்ன?

1009. தத்தக பித்தக நாலே கால்!
தானே நடக்கும் இரண்டேகால்!
முத்திப் போனால் மூன்றே கால்!
முதுகாடு போவது பத்தே கால்! – அது என்ன?

1010. தண்ணீர் இல்லாத தடாகத்தில்
தாவிப்பாயுது ஒரு கப்பல்! – அது என்ன?

1011. தலையில் ஒன்று, இடையில் ஐந்து
கடையில் மை எல்லாம்
சேர்த்தால் மேன்மை! – அது என்ன?

1012. தச்சன் இழைக்க தம்பூர் முழங்க,
தைவாரம்மன் ஏறி மிதிக்க,
கொட்டை நசுங்க, கோது நசுங்க,
கொட்டையில்லாப் பழம் – அது என்ன பழம்?

1013. தட்டத்தட்ட தகடு, காயக் காய விறகு!
– அது என்ன?

1014. தங்க உடற்காரி, தரமான ஆட்டக்காரி
மேகம் இருண்டு வந்தால்
மோகம் கொண்டு ஆடுவாள் – அவள் யார்?

1015. தட்டினால் பறப்பான்
தடவினால் சாவான்! – அவன் யார்?

1016. தலையில் சூடாத பூ என்ன பூ?

1017. சமையலுக்கு உதவாத காய் என்ன காய்?

1018. தடத்தில் போகிறவன்
தடிக் கம்பை வீசினான்! – அது என்ன?

1019. தங்கச்சி முத்தத்திலே
தங்கப்பழம் காய்க்கிறது! – அது என்ன?

1020. எழுத முடியாத கை என்ன கை?

1021. தங்க மாம்பழத்தைத்
திங்க முடியவில்லை! – அது என்ன?

1022. இரண்டு தோட்டம், நான்கு வேலி
பூ பூத்தால் பூந்தோட்டம் பாழ்! – அது என்ன?

1023. இதயம் போல் துடிப்பிருக்கும்
இரவு பகல் விழித்திருக்கும்! – அது என்ன?

1024. இரத்தம் குடிப்பான்
கண்ணுக்குத் தெரியாதவன்! – அவன் யார்?

1025. இரண்டு அடுக்கு அள்ளி
ஒரு கால் நாட்டுவது! – அது என்ன?

1026. இருட்டுப் புதையிலே
இடி விழுந்த பாறையிலே
நான் வைத்த கட்டுச்சோறு
நனையாமல் இருக்குது! – அது என்ன?

1027. இரண்டு வீட்டுக்கு
ஒரு தண்டியம்! – அது என்ன?

1028. இருட்டு வீட்டில்
முரட்டுச் சிப்பாய்! – அது என்ன?

1029. இரத்தத்தில் வளர்வது
இரத்தம் இல்லாதது – அது என்ன?

1030. இருவர் கட்டிய மாளிகை ஒருத்தருக்குத் தெரியும்
ஒருத்தருக்குத் தெரியாது! – அது என்ன?

1031. இரவிலே பிறந்த ராஜா பிள்ளைக்குத்
தலையிலே குடை! – அது என்ன?

1032. இரைச்சலோடு செல்லும், விமானம் அல்ல!
இடியோசை தரும்; வானமும் அல்ல!
- அது என்ன?

1033. இங்கிருந்து பார்த்தால்
இரும்பாய் இருக்கும்
அருகில் போனால்
தங்க நிறமாய் இருக்கும்! - அது என்ன?

1034. இளஞ் சிவப்பு ராணிக்கு
இருபதினாறு வெள்ளையர்கள்
இரவும் பகலும் காவல்! - அது என்ன?

1035. இவ்வூரிலே தாளித்தால்
ஈரோட்டில் மணக்குமாம்! - அது என்ன?

1036. ஈனாது புரளாது
இழுத்துக் கட்டினால்
குடத்தளவு பாலை
கொடுத்து உதவி நிற்கும்! - அது என்ன?

1037. ஈரேழு பதினாலு இறகு மயிலாட,
முந்நான்கு பன்னிரண்டு முத்து மயிலாட
வராத பெண்கள் எல்லாம் வந்து விளையாட!
- அது என்ன?

1038. ஈக்கி ஈக்கி நெடும் ஈக்கி! - அது என்ன?

1039. உடலுண்டு, உயிரில்லை
ஓடி ஓடிப்போய்ச் சேர்ந்தான் ஊருக்கே! - அது என்ன?

1040. உச்சி வாதில் உசந்த வாதில்
சாட்டைக் கொம்பு தொங்குது! - அது என்ன?

1041. உருவம் உண்டு
உயிர் இல்லை! - அது என்ன?

1042. உலகமெல்லாம் திரிவான். அவனை
ஒருத்தரும் கண்டதில்லை! - அது என்ன ?

1043. உருவிலே பெரியவன்
ஊருக்கு உயர்ந்தவன் - அது என்ன?

1044. உரித்த கோழி
ஊரெல்லாம் சுற்றி வருகிறது! - அது என்ன?

1045. உயிரில்லா மனிதன்
தொட்டாலும் விட்டாலும் பிடிக்கிறான் – அது என்ன?

1046. உன்னிடம் வருவேன்
உன் காலைத் தொட்டுப் பார்ப்பேன்! – நான் யார்?

1047. உழைக்க உழைக்க
உடம்பெல்லாம் தோன்றும்! – அது என்ன?

1048. ஏழை படுக்கும் பஞ்சணையை
எடுத்துச் சுருட்ட ஆளில்லை! – அது என்ன?

1049. ஏழு எழுத்துகளடங்கிய ஒரு ஊரின் பெயர்
அதன் முதல் நான்கு எழுத்துகள் சேர்ந்தால்
கல்லின் ஒரு வகை!
கடைசி மூன்று எழுத்துக்கள் சேர்ந்தால்
ஒரு வகைத் துணி! – அவ்வூரின் பெயரென்ன?

1050. ஏனைக் கோணல் மூணு
கண் ஆறு, கால் பத்து! – அது என்ன?

1051. ஐயங் கோவணம்
நெடுங்கோவணம்! – அது என்ன?

1052. ஐந்து இலைக்கு ஒரு காம்பு உண்டோ
அது நல்ல வேளை தான் ஸ்வாமி! – அது என்ன?

1053. உயிர் இல்லாதவனுக்கு உடம்பெல்லாம் நரம்பு – அது என்ன?

1054. ஐந்து அடுக்கு, நான்கு இடுக்கு! – அது என்ன?

1055. ஐந்து பேரில் இளையவன்
கலியாணத்துக்கு மூத்தவன்! – அவன் யார்?

1056. ஐந்து தலைப் பாம்பு
அதன் வாய் எங்கும் நெருப்பு! – அது என்ன?

1057. ஐந்து ஊர்களுக்கு ஒரே மந்தை! – அது என்ன?

1058. ஒரு நெல் குத்தி
வீடெல்லாம் உமியாயிற்று! – அது என்ன?

1059. ஒரு பொரி பொரிக்க
ஊரெல்லாம் பொரி! – அது என்ன?

1060. ஒரு முழக் குழியிலே
கால்படி மல்லிகைப்பூ! – அது என்ன?

1061. ஒரு சாண் சட்டைக்கு
அரைச்சாண் மூடி! – அது என்ன?

1062. ஒன்பது பிள்ளைக்கும்
ஒரே குடுமி! – அது என்ன?

1063. ஒற்றைக் காலில் ஆடுவான்
ஓய்ந்து போனால் படுப்பான்! – அவன் யார்?

1064. ஒல்லியான மனிதன்
ஒரு காது மனிதன்
காது போனால் தொடமாட்டார்கள்!
– அவன் யார்?

1065. ஒற்றைக் கால் கோழிக்கு
வயிறு நிறைய முட்டை! – அது என்ன?

1066. ஒரே குருவிக்கு நான்கு இறக்கை
ஒரே கால்! – அது என்ன?

1067. ஒரு மரத்திலே ஐந்து பூக்கள்! – அது என்ன?

1068. ஒரு முழ மூங்கிலில்
ஒய்யாரக் கீதம்! – அது என்ன?

1069. ஒரு மரம் ஏறி, ஒரு மரம் பூசி,
ஒரு மரம் வீசிப் போகிறான் ஒருவன்!
– அவை யாவை?

1070. ஒரு துரைக்கு
இரண்டு தொப்பி! – அவன் யார்?

1071. ஒரு சாண் இரு பலகை
இரு நூறு தலைவாசல்! – அது என்ன?

1072. ஒரு கரண்டி மாவு
ஊரெல்லாம் தோசை! – அது என்ன?

1073. ஒட்டுத் திண்ணையில்
சுருக்குப் போட்டேன்
எடுக்க முடியவில்லை! – அது என்ன ?

1074. ஒரு குப்பிக்குள்ளே
இரண்டு எண்ணெய்! – அது என்ன?

1075. காற்றால் உயிர் பெறும்
காதுக்கு இனிமை தரும்! – அது என்ன?

1076. ஒத்தைக் கால் குள்ளனுக்கு
எட்டுக்கை! – அது என்ன?

1077. ஓட்டுத் திண்ணையிலே
பட்டு காயுது! – அது என்ன?

1078. ஒரு பெண்ணுக்கு
மூன்று கொண்டை! – அது என்ன?

1079. ஒரு படி அரிசி போட்டு,
ஊரு சனங்களுக்குப் போட்டு,
மீந்து கிடக்குது ஏராளமாக! – அது என்ன?

1080. ஒரு மரத்திற்கு மூன்று விதைகள்,
மூன்று கிளைக்கு ஒரே காய்,
அந்தக் காய்க்குள் கணக்கில்லா விதைகள்!
– அது என்ன?

1081. ஒருவன் சுழன்று உண்பான்
ஒருவன் இருந்து உண்பான்! – அது என்ன?

1082. ஒரு கிணற்றில் ஒரு தவளை! – அது என்ன?

1083. ஓடுவான், நிற்க மாட்டான்,
ஒளிந்து கொள்வான், வெளிவருவான்!
– அவன் யார்?

1084. ஓடியாடிக் கத்தும்
உடலைத் தேடிக் குத்தும்! – அது என்ன?

1085. ஓட்டைப் பிள்ளையார் கோயிலுக்கு
பூட்டுமில்லை, சாவியும் இல்லை! – அது என்ன?

1086. ஓட்டம் நின்றால்
ஆட்டம் போச்சு; – அது என்ன?

1087. ஓகோ ராசா உயர்ந்த ராசா
தோளில் என்ன தொண்ணூறு முடிச்சு
– அது என்ன?

1088. ஓகோ மரத்திலே
உச்சாணிக் கிளையிலே
ஓட்டுச் சட்டியிலே
களிமண் இருக்கிறது! – அது என்ன?

1089. தலையைச் சீவினால் தாளில் நடப்பான்.
– அது என்ன?

1090. ஓட்டிலே வீடுகட்டி,
உள்ளே உறிகட்டி
நாட்டாருக்கெல்லாம்
நல்ல வஸ்து என்ன?

1091. ஓங்கி வளர்ந்தவன்
ஒரு பக்கம் சாய்ந்தான்! – அவன் யார்?

1092. ஓடுது குதிரை ஒளியுது குதிரை
தண்ணீரைக் கண்டால் தவிக்குது குதிரை!
– அது என்ன?

1093. ஓலைப்பூ நிறத்தாள்
ஒரு அடி வளர்ந்தாள்
கோட்டையேறிப் பார்த்தாள்
குத்துப்பட்டுச் செத்தாள்! – அவள் யார்?

1094. ஓடையில் ஓடாத நீர்!
ஒருவரும் குடிக்காத நீர்! – அது என்ன?

1095. கசக்கிப் பிழிந்தாலும்
கடைசிவரை இனிப்பான் – அது என்ன?

1096. ஓயாது இரையும், இயந்திரம் அல்ல
உருண்டோடி வரும், பந்து அல்ல! – அது என்ன?

1097. கறுப்பான மெத்தையில்
வெள்ளையன் காய்கிறான்! – அவன் யார்?

1098. கறுத்த பாறைக்கு வெளுத்த வேர்! – அது என்ன?

1099. கறுப்புச் சட்டைக்காரன்
காவலுக்குக் கெட்டிக்காரன் – அவன் யார்?

1100. கறுத்த சதுரக் கட்டை
கறுத்துப் பூக்கும் குட்டை! – அது என்ன?

1101. கல்லால் ஆன குதிரைக்கு
மரத்தாலே மூக்கணாங்கயிறு! – அது என்ன?

1102. கறுப்புத் தாள், வெள்ளைக் குதிரை,
ஒருவன் ஏறுவான், ஒருவன் இறங்குவான்!
– அது என்ன?

1103. வெட்ட வெளிக் காட்டுக்குள்ளே
விளக்கை எடுத்துக் கொண்டு
விக்கி விக்கி அழுதபடி
விரைவாக ஓடுகிறாள். – அவள் யார்?

1104. வீட்டுக்குள்ளே இருப்பாள்
விந்தையாகப் பேசுவாள்
வந்தவரை வா என்பாள்
வாசல் தாண்டிப் போக மாட்டாள் – அவள் யார்?

1105. உடம்போ சின்னக் கம்பி
ஓட்டுப் போடச் சொன்னால்
உடனே செய்யும் தம்பி
துண்டுத்துணியை இணைத்தே
சொக்காய் ஆக்கும் தம்பி – யார் அது?

1106. பக்கத்துக்கு ஏழுபள்ளம்
இஷ்டத்துக்கு முத்து எடுத்துப் போட்டால்
எதிர் பக்கத்தில் இருப்பவள் முறைக்கிறாள்
– அது என்ன?

1107. அள்ளி அள்ளிக் கரியைக் கொட்டி
அடுப்பு நெருப்பில் நீரைக் காய்ச்ச
ஆவிபோகும் அந்த வேகம்
அடியேன் போவேன் – என்பேர் என்ன?

1108. காணும் போதே கண்கள் குளிரும்
கருத்தாய் மீட்டினால் கானமும் ஒலிக்கும்
கன்னியர் மடியில் அணைப்பில் கிடந்தே
களிப்பினைப் பரப்பும் – அதன் பேர் என்ன?

1109. அகன்ற வாய் அசுரன்
ஆடிக் கொண்டே இருப்பான்
அவனுக்குள்ளே கறுப்பர் கோடி
அரைபட்டுச் சாறாய் வடிவார்– என்ன அது?

1110. பக்கத்து வீட்டுத் தோட்டத்திலே
படர்ந்து வளர்ந்த மரத்தினிலே
பச்சைக் குச்சிகள் தொங்கிடுமே
பறித்துப் போவார் கறி சமைப்பார் – அது என்ன?

1111. கடை வீதிக்குப் போற மச்சான்
கன்னிக்கு என்னதான் வாங்குவீங்க?
மாவிலே பூத்தது வாங்கி வாங்க
மாலையிலே கோப்பதும் வாங்கி வாங்க
உன் முகம் என் முகம் காட்டும் அந்த
ஒருபொருள் அதனையும் வாங்கி வாங்க
– இவை என்ன?

1112. மூன்றெழுத்துப் பெயராகும்
முற்று வெண்மை நிறமாகும்
பையில் போட்டு அடைத்துவிட்டால்
பாங்காய்த் தூங்கத் துணையாகும் – இது என்ன?

1113. உச்சி மரத்திலே வீடு கட்டி
ஒய்யார ராணியை உள்ளேயே வைத்து
சிங்கார சிப்பாய்கள் தொண்டுகள் செய்கின்றார்
– அது எது?

1114. ஆழ்கடலில் தோன்றிவரும்
ஆனைவிலை குதிரைவிலை
அணங்குகளின் மணிக் கழுத்தில்
அதைக் கோர்த்தே அணிந்திடுவார் – இது என்ன?

1115. செய்திகள் சொல்லவே நினைப்பார்
தேர்ந்தே அனுப்பிடும் தூதன்
சொன்னதை எடுத்துப் போவான் – என்ன இது?

1116. கண்ணைக் கண்ணைச் சிமிட்டினான்
கடகடவென்றே முழக்கமிட்டாள்
கண்ணீர் வடித்தாள் காடெல்லாம்
களித்தது உலகம் இது கண்டே – இவை என்ன?

1117. இசைக்கேற்றபடி ஆடும்
இங்கும் அங்கும் நடைபோடும்
இரண்டு காலால் நடந்து வரும்
எம்பிக் குதித்தே நடனமிடும் – அது என்ன?

1118. சின்னஞ்சிறிய உருவம்
சிவப்புக் கலந்த கறுப்பு நிறம்
தாளிப்புக்கு இல்லா விட்டால்
தாயாரும் கொண்டுவா எனச் சொல்வாள்
– இது என்ன?

1119. சதுரமாய் ஒரு பள்ளம் வெட்டி
சரியாய் மணலும் உரமும் போட்டு
ஒவ்வொரு காயாய் புதைத்து வைத்தேன்
தண்ணீர் விட்டேன் தழைத்து வளர்ந்தது
வருடங்கள் சென்றபின் உச்சியில் பார்த்தால்
எண்ண முடியாத அத்தனை காய்கள் – அது
என்ன?

1120. காலை வரவினிலே கன்னிமுகம் மலர்ந்திடுவாள்
மாலை மயக்கினிலே மங்கை முகம் வாடிடுவாள்
செம்பட்டுப் போல் முகத்தைத் திறந்திடென்று
இரவினிலே
எம்புட்டு கேட்டாலும் இசையாதார் – யார் அவள்?

1121. காட்டுமான் அல்ல
வீட்டுமான் அல்ல
கடல் நடுவே இருக்கும் மான்
– அது என்ன மான்?

1122. சிவப்பு நிறத்துச் சின்னப்பழம்
சிந்தை கவரும் உருண்டைப் பழம்
உடைத்துப் பார்த்தால் புழுக்கூட்டம்
உள்ளே இருக்கும் என்ன பழம்?

1123. பச்சைப் புல்லின் நுனியில் முத்து
கையில் எடுத்தால் கரைந்து போகும்.
– அது என்ன?

1124. கடற்கரையில் பாத்திகட்டி
கடல் நீரைப் பாய்ச்சி விட்டால்
காயும் வெயில் நீர்க்குடிக்கக்
கனிந்து பூக்கும் வெள்ளைப் பூக்கள்
– அவை என்ன?

1125. மஞ்சள் பூத்தலைச் சிங்காரி
மயக்கும் பச்சை நிறக்காரி
மண்ணுக்குள்ளே முத்தை வைத்து
மறைத்துக் காக்கும் கைக்காரி
இழுத்து எறிந்தால் முத்தைத் தந்தே
ஏமாறிப் போவாள் – யார் அவள்?

1126. உதைத்தால் உருண்டு ஓடும்
ஊரைச் சுற்ற உதவும்
ஒருவர் இருவர் தம்மைச் சுமந்தே
ஊர்வலமும் போகும். – *அது என்ன?*

1127. எவ்வளவு ஆழமானாலும் நீந்தப் போவான்
கைகளுமில்லை கால்களுமில்லை
எவ்வளவு சுமையானாலும் சுமந்து போவான்
களைக்கவும் மாட்டான் மறுக்கவும் மாட்டான்! – *இவன் யார்?*

1128. பதினான்கு நாள் வளர்ந்து வளர்ந்து
பதினைந்தாம் நாள் நிறைவாய்த் தோன்றி
பதினான்கு நாள் தேய்ந்து தேய்ந்து
பதினைந்தாம் நாள் இல்லாமற் போகும்.
– *அது என்ன?*

1129. கதிர் அடிக்காத களம்
உயிர் பறிக்கும் களம் – *அது எது?*

1130. குள்ள அக்காள் குள்ள அக்காள்
குளத்துக்குப் போனாள் குவாகுவா
குளத்து மீனைப் பிடித்துத் தின்று
கொழுத்துப் போனால் குவாகுவா! – *இவள் யார்?*

1131. வண்ணப் பெண்கள் கூந்தலையே
வாரி வாரிச் சிக்கெடுக்கும்
வரிசைப் பல் அழகி நான்
– *நான் யார்?*

1132. இருட்டு புதர் நடுவே
இடுக்கான பாறையிலே
யார் வைத்த சோற்று மூட்டை
எடுத்துண்டால் இனிக்குதப்பா – *அது என்ன?*

1133. கையிலே அடங்கும் பிள்ளை
கதை நூறு சொல்லும் பிள்ளை! – *அது என்ன ?*

1134. ஒரு சாண் உடம்பு
உடம்பு நிறைய பற்கள்! – *அது என்ன?*

1135. ஒரு குப்பிக்குள்ளே இரண்டு எண்ணெய் – *அது என்ன?*

1136. ஒன்பது பிள்ளைக்கும் ஒரே குடுமி – அது என்ன?

1137. ஓட்டம் நின்றால் ஆட்டம் போச்சு – அது என்ன?

1138. ஓடும் சாடும்,
ஒற்றைக் காலில் நிற்கும்! – அது என்ன?

1139. ஓடையில் ஓடாத நீர்
ஒருவரும் குடிக்காத நீர் – அது என்ன?

1140. ஓடியாடிக் கத்தும்
உடலைத் தேடிக் குதிக்கும்! – அது என்ன?

1141. கோணல் இருந்தாலும் குணம் மாறாது
– அது என்ன?

1142. கொளுத்திய பின் கோடிக் கும்பிடு – அது என்ன?

1143. சங்கிலியாய் இருப்பான்
இரண்டு தடத்தில் வருவான்
விளக்கொளிக்கு ஆடுவான்
மணியடித்தால் ஓடுவான் – அது என்ன?

1144. தாகம் தீர்க்கும் தண்ணீர் சொம்பு
அந்தரத்தில் தொங்குது – அது என்ன?

1145. செடியில்லாமல் சிரிக்கும் பூ,
காய்க்காமல் கனிந்த பூ! – அது என்ன?

1146. தண்ணீர் இல்லாமல் வளரும்,
தரையில்லாமல் படரும்! – அது என்ன?

1147. திரியில்லாத விளக்கு,
திரிலோகம் எல்லாம் தெரியும்! – அது என்ன?

1148. தேர் அசையப் பூ உதிர! – அது என்ன ?

1149. நாட்டார் மகளை
ஓட்டால் மூடியிருக்கிறது! – அது என்ன?

1150. நீல மேனி கொண்டாள்
நிலம் சுற்றி அலைகிறாள் – அது என்ன?

1151. நெருப்பில் சுட்டவள்
நெடுங்காலம் வாழ்வாள்! – அது என்ன?

1152. நெற்றியிலே கோல்பட்டுக்
கதறுகிறது காளை! – அது என்ன?

1153. பட்டணத்து ஆலமரம் வெட்ட வெட்ட
துளிர்க்குது! – அது என்ன?

1154. பரட்டைத்தலை மாமியாருக்குப்
பவளம் போல் மாட்டுப்பெண்! – அது என்ன?

1155. பழகினால் மறக்காது
பயந்தால் விடாது! – அது என்ன?

1156. பலர் கட்டிய வீடு
ஒருவர் கண்பட்டு உடைந்தது! – அது என்ன?

1157. பறிக்கப் பறிக்கப் பெரிதாகிறது! – அது என்ன?

1158. பார்ப்பதற்கு ஐந்து கால்,
எண்ணுவதற்கு நாலு கால்! – அது என்ன?

1159. வயிறு புடைக்கத் தின்பானேன்
நிமிர்ந்து நிற்பானேன்! – அது என்ன?

1160. மஞ்சள் செம்பிற்குள் சிகப்பு முத்துக்கள்
– அது என்ன?

1161. நின்றால் பச்சை
எரித்ததும் கருப்பு, மீண்டும்
எரித்தால் சிகப்பு – அது என்ன?

1162. எலும்பு இல்லாதவன்
எட்டு ஆறு நீந்துவான்! – அது என்ன?

1163. குட்டை மரத்தில் கொட்டாப்புளி – அது என்ன?

1164. குதிரை ஓட ஓட வால் குறைகிறது – அது என்ன?

1165. தினம் தினம் கிழிபடுவான்,
அழமாட்டான் – அவன் யார்?

1166. சரியாக வைத்தால்
சரியாக எழுப்பும்! – அது என்ன?

1167. பச்சைப் பாம்பு கல்லைத் தூக்குது! – அது என்ன?

1168. படுத்துத் தூங்காத மிருகம்
பந்தயத்தில் ஓட்டம் அதிகம்! – அது என்ன?

1169. பாறை மேல் கோரை
கோரைக்குள்ளே குறவன்! – அது என்ன?

1170. பிடியில்லாத குடையைத் தொட முடியவில்லை!
– அது என்ன?

1171. மூன்று கால் யானை
தின்பதெல்லாம் கரும்பு! – அது என்ன?

1172. விட்டம் போட்டு வீடு கட்டி
விசிறி மாட்ட இடமில்லை! – அது என்ன?

1173. தண்டைச் சலங்கைக்காரி,
தலைவாசல் வீட்டுக்காரி,
அவளைத் தொடுவானேன்
கவலைப் படுவானேன்! – அது என்ன?

1174. திருப்பதி போனாலும் திரும்பாத பல்லக்கு! – அது என்ன?

1175. தெரிந்து காய் காய்க்கும்.
தெரியாமல் பூப்பூக்கும் – அது என்ன?

1176. நரைத்த கிழவி குதித்து ஓடுகிறாள்! – அது என்ன?

1177. பூக்கும் காய்க்கும்
பூவையிருக்கக் கொம்பில்லை! – அது என்ன?

1178. பூமியில் வளராத மரம், கிளை உண்டு
இலை இல்லை! – அது என்ன?

1179. வெள்ளைத் தண்ணீரில் வேசி ஆடுகிறாள்!
– அது என்ன?

1180. வேட்டையாடாத மான்
வேடர்கள் நிறைந்த மான்! – அது என்ன?

1181. பானை போல் பூக்கும்
பார்ப்பவர் விரும்பும் பூ
தலையில் சூடாத பூ
தரணியில் என்ன பூ?

1182. பாரினில் காய்த்துப் பழுக்காத மரம்!
– அது என்ன?

1183. நூல் நூற்கும், ராட்டையல்ல
நெய்யும் தறியும் அல்ல! – அது என்ன?

1184. செத்துக் காய்ந்தது சந்தைக்குப் போகிறது
– அது என்ன?

1185. தடத்தில் போகிறவன்
தடிக்கம்பை வீசினான்! – அது என்ன?

1186. மணமில்லாத மல்லிகை
மாலையில் மலரும்! – அது என்ன?

1187. மண்ணிலே பிறந்து விண்ணிலே மறையும்
– அது என்ன?

1188. முகம் பார்த்து வளரும்
முடிவில்லாமல் தொடரும்! – அது என்ன?

1189. மாவில் பழுத்த பழம்
மக்கள் விரும்பும் பழம்! – அது என்ன?

1190. நிலம் நோக்கி வரும்
நுரை கக்கிச் செல்லும்! – அது என்ன?

1191. தொட்டால் மணக்கும்,
குடித்தால் புளிக்கும்! – அது என்ன?

1192. தொப்பை பையனுக்கு ஒரு வாசல்,
தோழனுக்கு இரண்டு வாசல்! – அது என்ன?

1193. வரிக்குதிரை ஓடியது
வாய்ப்பாட்டுப் பாடியது! – அது என்ன?

1194. வரி வரி வண்ணக் கொம்பு,
வாடாத முத்துக் கொம்பு! – அது என்ன?

1195. தரையில் முட்டிடும்
விரலில் ஒட்டிடும் – அது என்ன?

1196. மூட்டையைப் பிரிக்கப் பிரிக்க
முந்தாணியே வருது! – அது என்ன?

1197. விழுந்தால் படுக்காது
எழுந்தால் நிற்காது! – அது என்ன?

1198. விரிந்த ஏரியிலே
வெள்ளி ஓடம் மிதக்கிறது! – அது என்ன?

1199. மரமேறும் மங்காத்தாளுக்கு
முதுகிலே மூன்று சூடு!
அது என்ன?

1200. கரையிலே போகிற
கன்னிமார் பெண்களுக்கு
முதுகிலே மூன்று சுழி – அது என்ன?

1201. வளைந்து வளைந்தே போகும் பாம்பும் அல்ல
வழி நெடுக நீருதவும் மழையுமல்ல
காடுமலை சுற்றிவரும் கரடியல்ல
கடலிலே மூழ்கிவிடும் மீனும் அல்ல!
– அது என்ன?

1202. கம்பளத்தின் ரோட்டிலே
எண்பது புளியமரம்
காய் இருக்குது இலை இல்லை – அது என்ன?

1203. கணுக்கால் நீரில்
கரடி நீச்சல் போடுது! – அது என்ன?

1204. கண்ணாடிக் குண்டு
காற்றிலே பறக்குது
கையால் தொட்டால்
காணாமல் போகுது! – அது என்ன?

1205. கண்ணுக்குள்ளே குச்சி குத்திக்
குதறுதாம் காளைக் கன்று! – அது என்ன?

1206. கண்டு காய் காய்க்கும்
காணாமல் பூ பூக்கும்! – அது என்ன?

1207. கண்டு பூ பூக்கும்
காணாமல் காய் காய்க்கும்! – அது என்ன?

1208. கணக்குப்பிள்ளை பெண்டாட்டி
திணுக்குப் போட்டு ஆடினாள்! – அவள் யார்?

1209. கண்ணில்லாத நான்
குருடனுக்கு வழி காட்டுகிறேன் – நான் யார்?

1210. கண்ணுக்குத் தெரியாதவள்
கண்ணை மறைப்பாள்! – அவள் யார்!

1211. கண்ணுண்டு, செவியில்லை
கண்டிடும் கேட்டிடும்! – அது என்ன?

1212. கண்ணால் பார்க்கலாம்
கையால் பிடிக்க முடியாது! – அது என்ன?

1213. கண்ணுக்குத் தெரியாததைக்
கணப்பொழுதில் காட்டிக் கொடுக்கும்!
– அது என்ன?

1214. கண்டது இருவர், எடுத்தது பத்துப் பேர்
உண்டது ஒருவர்! – அவர்கள் யார்?

1215. கடுகு சிறிது
காரம் பெரிது! – அது என்ன?

1216. கடையிலே விற்கிற சாமான்களில்
அத்தை ஒன்று; ஆணி ஒன்று! – அது என்ன?

1217. கடகடா குடுகுடு
நடுவிலே பள்ளம்! – அது என்ன?

1218. கட்டிப் படுத்திருந்த மகளை
விட்டுப் பிரிந்து வந்தேனே! – நான் யார்?

1219. கடித்தால் கடிபடாது
பிடித்தால் பிடிபடாது! – அது எது?

1220. கண்காண உருவம் உண்டு
கட்டிப்பிடிக்க உடல் இல்லை! – அது எது?

1221. கண் உண்டு, பார்க்காது;
கால் உண்டு, நடக்காது! – அது என்ன?

1222. கண் சிமிட்டி மணி அடித்து
கண்ணீர் வடிப்பார்கள்! – அது என்ன?

1223. கடல் நீரில் வளர்வேன்
மழைநீரில் மடிவேன்! – நான் யார்?

1224. கட்டாமல் கறக்காமல்
காடேறி மேயாமல்
நின்ற இடத்தில்
ஒரு கிண்ணம் பால்! – அது என்ன?

1225. கத்தியை எடுத்தேன்
கண்ட துண்டமாய் வெட்டினேன்
துளி ரத்தம் சிந்தவில்லை
ஒருவரும் அழியவில்லை! – அது என்ன?

1226. கத்திபோல் இலை இருக்கும்
கவரிமான் போல் பூப்பூக்கும்! – அது என்ன?

1227. கரியன் வந்தால், விரைந்தழைப்பார்
கதிரவன் வந்தால், விரைந்தோட்டுவார்!
– அது என்ன?

1228. கல்லிலே காய்க்கும் பூ என்ன பூ?
அது காய்ந்தால் மலரும் பூ! என்ன பூ?
பூவிலே வெள்ளைப் பூ – என்ன பூ?

1229. கரையும், உப்பு அல்ல
தண்ணீரில் குளிப்பான்; மனிதனும் அல்ல
– அவன் யார்?

1230. கல்லைத் தூக்கிச் சட்டியில் போடுகிறோம்
கல் உடைகிறது, சட்டி உடையவில்லை
– அது என்ன?

1231. கவிழ்ந்து பூ பூத்து
நிமிர்ந்து காய் காய்க்கும் – அது என்ன?

1232. கள்ளுக்கும் முள்ளுக்கும் அஞ்சாதவன்
பள்ளத்து நீரைக்கண்டு பதைப்பதைக்கிறான்
– அவன் யார்?

1233. கழுத்தை வெட்டுவான்
கையை வெட்டுவான்
அவனை ஏனென்று கேட்போர்
ஒருவரும் இல்லை – அவன் யார்?

1234. கறுத்த காட்டில் துளி இரத்தம் – அது என்ன?

1235. களத்து மேட்டானும் குளத்து மேட்டானும்
சண்டை போட
கூட இருந்த மூங்கில் மேட்டானும்
தேங்காய் மேட்டானும் விலக்கிவிட! – அது என்ன?

1236. கறுப்பு மாடு படுத்திருக்க
வெள்ளை மாடு மேலே போகிறது! – அது என்ன?

1237. கனிக்கெல்லாம் கனி
திகட்டாத கனி! – அது என்ன?

1238. காட்டிலே இருக்கும் குடை
வீட்டிலே இருக்காது – அது என்ன?

1239. காட்டில் இருக்கும் கண்ணம்மாள்
வீட்டில் வந்து விளையாடுவாள் – அவள் யார்?

1240. காட்டில் தொங்கும் பொட்டலம்
காவல் நிறைந்த பொட்டலம்! – அது என்ன?

1241. காக்கை போல் கறுப்பு
கையால் தொட்டால் ஊதா
வாயால் மென்றால் நீலம்! – அது என்ன?

1242. காக்கிச் சட்டைக்காரன்
காவலுக்குக் கெட்டிக்காரன் – அவன் யார்?

1243. காகிதத்தைக் கண்டால் கண்ணீர் விடும்
முக்காடு போட்டால் மூலையில் அமரும்!
– அது என்ன?

1244. காசு கொடுத்து
வாங்குகிற பொருளில்
ஆசி கொடுக்காத பொருள்
என்ன பொருள்?

1245. காட்டில் ஒரு தூக்கு வெள்ளம் வைத்தேன்
ஈயும் தொடவில்லை, எறும்பும் தொடவில்லை
– அது என்ன?

1246. காசியில் இருந்து கல்கத்தா வரையில்
அசையாமல் போகிறது – அது என்ன?

1247. காட்டுக் கருவப்பிள்ளை
வளைத்து ஒடிக்க முடியவில்லை! – அது என்ன?

1248. காட்டிலே பச்சை, கடையிலே கறுப்பு
வீட்டிலே சிவப்பு! – அது என்ன?

1249. காட்டிலே கந்தன் படிக்கிறான் – அது என்ன?

1250. காட்டிலே வளர்ந்து
கள்ளர் கையில் அகப்பட்டுக்
கோவில் மண்டபமெல்லாம் சுற்றிப் பார்த்துச்
சண்டைக்கு முன்னே நிற்பான்! – அது என்ன?

1251. காட்டிலே கருப்பு சோலையிலே
வீட்டிலே புதுப்பானையிலே – அது என்ன?

1252. இசைந்தால் வணங்கும்! – அது என்ன?

1253. ஈரடுக்கு மாளிகைக்குள்
இதமான நீருக்குள்
இருக்கிறான் வெள்ளையப்பன்! – அது என்ன?

1254. கையில் தவழும்
பையில் உறங்கும்! – அது என்ன?

1255. எட்டி நின்று பார்ப்பான்,
பெட்டியில் போட்டுக் கொள்வான் – அவன் யார்?

1256. கத்தியின்றி கத்திரியின்றி இலையை வெட்டித் தள்ளும் – அது என்ன?

1257. மழையோடு வந்திடும் மஞ்சளாகப் பறந்திடும் – அது என்ன?

1258. வாயைத் திறந்தால் கண்ணீர் விடுவாள் – அவள் யார்?

1259. கட்டி வைத்த மாடுகள் வட்டமடித்து மேயுது – அது என்ன?

1260. உடலை வருடும், மரத்தையும் சாய்க்கும் – அது என்ன?

1261. எதையும் தாங்கும், அனைத்துக்கும் ஆதாரம் – அது என்ன?

1262. பக்கமுள்ள பட்டினத்தைப்
பார்க்க முடியவில்லை! – அது என்ன?

1263. பறக்கும், ஆனால், பறந்து செல்லாது! – அது என்ன?

1264. தண்ணீரில் நீந்தி வரும்
தரையில் தாண்டிவரும்! – அது என்ன?

1265. உச்சிக் கிளையில்
ஒரு முழக்குச்சி ஊசலாடுகிறது! – அது என்ன?

1266. குட்டியும் போடும்
குவலயத்தில் பறக்கும்! – அது என்ன?

1267. சிறிய சிட்டானுக்குப்
பெரிய உருமாலை! – அது என்ன?

1268. நூறு கடையை மூடினால் ஒரு கடை! – அது என்ன?

1269. பெட்டியைத் திறந்தேன்
கிருஷ்ணன் பிறந்தான்! – அது என்ன?

1270. முத்துப் பல்லழகி
முகம் காட்டி நிற்கிறாள்! – அது என்ன?

1271. வாயில்லாப் பறவை
ஊர் ஊராய்ப் பறக்கிறது! – அது என்ன?

1272. வெயிலில் மலரும்
காற்றில் உலரும்! – அது என்ன?

1273. வீடு நிறைய ஊற்றுப்பட்டை! – அது என்ன?

1274. முதுகெல்லாம் கூனல்
வயிறெல்லாம் பல்! – அது என்ன?

1275. மணியடித்தால் மலைப் பாம்பு நகரும்!
– அது என்ன?

1276. பச்சை வீட்டுக்குச் சிவப்பு வாசல் – அது என்ன?

1277. குண்டுச் சட்டியில் கெண்டைமீன்! – அது என்ன?

1278. குண்டு குள்ளனுக்கு
குடுமி நிமிர்ந்து நிற்கும்! – அது என்ன?

1279. கைக்குள்ளே கரணம் போட்டு
கிடக்கிறார் கணக்குப் பிள்ளை – அது என்ன?

1280. சிவப்பு நிறக் காளை
நீருக்குள் பதுங்கும் – அது என்ன?

1281. பட்டமரத்தைத் தட்டினால்
படைகள் வரும்! – அது என்ன?

1282. புரியாத மொழி பேசும்,
புவனமெல்லாம் பார்த்து வரும் – அது என்ன?

1283. விண்ணைச் சிரிக்கச் செய்வாள்
கண்ணைப் பறிக்கச் செய்வாள் – அது என்ன?

1284. சுகத்திலே சுகம், என்ன சுகம்?

1285. காட்டுக்கும் மேட்டுக்கும்
ஒரு சங்கிலி! – அது என்ன?

1286. காடு மேடெல்லாம் கிடக்கும்
கால் வைத்தால் குத்தும். – அது என்ன?

1287. காட்டிலே பெண்பிறந்து
கன்னியர் கையாலே குத்தப்பட்டது! – அது என்ன?

1288. காட்டுக்குள்ளே போகிற
கள்ளக்கடாவுக்குக்
கிள்ளிப் பிடிக்க மயிரில்லை! – அது என்ன?

1289. காதவழி போனாலும்
கைகடுக்கச் சுமை – என்ன சுமை?

1290. காய் இல்லாமல் மானம் கெட்டது
கல் இல்லாமல் உணவு கெட்டது – அது என்ன?

1291. வரைய முடியாத கோடு
பார்க்க முடியாத கோடு – அது என்ன கோடு?

1292. காடெல்லாம் சுற்றி வரும் கண்டலப் பசு
கண்ட தண்ணீர் குடியாத வெண்டலப்பசு!
– அது என்ன?

1293. காய் என்று கண்டதும் உண்டு
கனி என்று தின்றதும் இல்லை! – அது என்ன?

1294. காடுங் கருங்காடு, கரும்புங் கருங்கரும்பு
குத்து வாருண்டு, தின்பாரில்லை! – அது என்ன?

1295. மண்ணிலே பிறந்து மங்கையர்க்கு அழகு தந்து
தன் மதிப்பைக் குறைத்துக் கொண்டாள்!
– அவள் யார்?

1296. காயோ காய் கருநிறப் பச்சைக்காய்
கடலோன் வேலுக்குக் கனி கொடுக்கும் காய்
– அது எது?

1297. காயும் காய்க்கும்
பூவும் பூக்கும்
காசுக்கொரு இலையில்லை! – அது என்ன?

1298. காரிக்காளை பிடிக்கப் போனால்
கொக்கரக் கொம்பன் இடிக்க வருகிறான்
– அவன் யார்?

1299. கால் இல்லாத மனிதன்
ஐந்து நிமிடத்தில் மறைகிறான்! – அவன் யார்?

1300. காய் காய்க்கும், பூ பூக்கும்
இலை இல்லை! – அது என்ன?

1301. சட்டையைக் கழற்றினால்
சடக்கென்று உள்ளே விழும்! – அது என்ன?

1302. உடல் சிகப்பு, வாய் அகலம்
உணவு காகிதம்! – அது என்ன?

1303. உயரப் பறக்குது ஊர்க்குருவி! – அது என்ன?

1304. கால் நான்கு, நடக்காது
கண் ஆயிரம், இமைக்காது! – அது என்ன?

1305. காலாறும் கப்பற்கால்
கண்ணிரண்டும் கீரை விதை! – அது என்ன?

1306. காலில்லாதவன் காலுள்ளவனைப் பிடித்தான்,
அதைப் பார்த்துத்
தசையில்லாதவன் சிரித்தான்! – அது என்ன?

1307. காலால் தண்ணீர் குடிக்கும் கப்பங் கோழி!
கழுத்தால் முட்டையிடும் கப்பங்கோழி!
– அது என்ன?

1308. கால் படாத இடத்தில்
கரு இல்லாத முட்டை – அது என்ன?

1309. காலில்லாத பந்தலைக்
காணக்காண விநோதம் – அது என்ன?

1310. கால்பத்து, கண் ஆறு,
வால் இரண்டு, தலை மூன்று
கை இரண்டு, கொம்பு நான்கு! – அது என்ன?

1311. கால் ஆறு, சிறகிரண்டு
கண் இரண்டும் கடுகு போல்
ஈயடா இளிச்சவாயா
இன்னுமா தெரியவில்லை? – அது எது?

1312. காலில்லை, கையில்லை கண்களுண்டு
வாலுண்டு சிறகுண்டு வலிமையாக! – அது என்ன?

1313. காலையில் ஊதும் சங்கு
கறி சமைக்க உதவும் சங்கு – அது என்ன?

1314. காலைக் கடிக்கும், செருப்பல்ல
காவல் காக்கும், நாயல்ல! – அது என்ன?

1315. காலையில் வந்த விருந்தாளி
மாலையில் மறைந்து விட்டான் – அவன் யார்?

1316. கானகம் சென்றிரண்டு
கன்னிகைகள் கொண்டு வந்தேன்
ஒரு மகள் உழைப்பாளி
ஒரு மகள் சப்பாணி! – அவர்கள் யார்?

1317. காற்றாடி பறப்பதேன்
கல்வி வளர்வதேன்?

1318. காற்று இல்லாத கண்ணாடிக் குண்டில்
மஞ்சக் கோழி மயங்கிக் கிடக்குது – அது என்ன?

1319. காளைக்குக் கழுத்து மட்டும் தண்ணீர்
– அது என்ன?

1320. காற்றிலே பறக்கும், காத்தாடி அல்ல
சக்கரம் உண்டு, சைக்கிள் அல்ல
வர்ணங்கள் உண்டு, படம் அல்ல – அது என்ன?

1321. காற்றைக் குடிக்கும்
கைகளில் தவழும்! – அது என்ன?

1322. கிளையில்லாத சவுக்கு மரம்
வெட்ட வெட்ட வளருது! – அது என்ன?

1323. கிளிகள் மூன்று நிறம்
மூன்றும் கூட்டுக்குள்ளே போனால்
ஒரே நிறம்! – அது என்ன?

1324. கிணற்றிலே அம்புகள் போடுவாரேயன்றி
எடுப்பாரில்லை! – அது என்ன?

1325. கிண்ணி போலப் பூப்பூக்கும்
கிள்ளி முடிக்க உதவாது! – அது என்ன?

1326. கிளை உண்டு. இலை இல்லை! – அது என்ன?

1327. கிணத்து நிறைய தண்ணி இருக்கு
குருவி குடிக்க வழி இல்லை! – அது என்ன?

1328. கிளை இல்லாத மரத்தில்
ஏறுகிறான் – அவன் யார்?

1329. கீரை விதைப்பதேன்
கீழோர் செல்வரைச் சுற்றுவதேன்?

1330. குட்டையான அழகிக்கு
நெட்டையான சடை! – அவள் யார்?

1331. குண்டோதரன் வாயில்
குள்ளன் நுழைந்தால்
குபேர பட்டணத்திற்கு
வழி தெரியும் – அது யார்?

1332. குடியிருக்கக் கோட்டை கட்டும்
கோட்டையை உடைத்து வெளியே வரும்! – அது என்ன?

1333. குண்டுச் சட்டியிலே கெண்டை மீன்! – அது என்ன?

1334. குதிரை ஓட ஓட வால் குறைகிறது! – அது என்ன?

1335. குழியிலே மலரும்
குச்சியிலே தொடுக்கும்
கும்பிப் போகும் – அது என்ன?

1336. குயவன் பண்ணாத பண்டம்!
வண்ணான் வெளுக்காத வெள்ளை
மழை பெய்யாத தண்ணீர்! – அது என்ன?

1337. குள்ளமான கோழிக்குக் குடலுக்குள் சதங்கை! – அது என்ன?

1338. குளிச்சுக் குளிச்சுக் குத்தவைக்கும்
கோமாளிப் பயல் பிள்ளை! – அது என்ன?

1339. குனிந்த கிழவிக்குக்
கூனெல்லாம் பல்லு! – அது என்ன?

1340. வட்ட வட்டச் சிப்பி, வாயில்லாத சிப்பி,
எலும்பில்லாத சிப்பி, என்னை எழுப்பும் சிப்பி! – அது என்ன?

1341. வானத்தில் வளைந்த தங்கக் கம்பி
நீட்டவும் முடியாது,
நகை செய்யவும் முடியாது! – அது என்ன?

1342. கருவமணி இருசரம்
கண்டெடுத்துக் கோப்பவருக்கு
நாடு தருவோம், நகர் தருவோம்
நல்ல முத்து செட்டி மகளைத் தருவேன்! – அது என்ன?

1343. கரைகரையாய் ஓடுதாம் ஒரு குருவி!
கங்கணம் கட்டுதாம் ஒரு குருவி!
முந்நூறு முட்டையிடுதாம் ஒரு குருவி!
மூக்கு சிவக்குதாம் ஒரு குருவி! – அது என்ன?

1344. கல்கட்டி மதிலோரம் கொல்லை,
அவள் பேரு தில்லை,
அவளுக்கு ஒருவரும் இல்லை,
அவளுக்கு ஆறுமாதப் பிள்ளை! – அது என்ன?

1345. கல்லாலும், மண்ணாலும்
கட்டப்படாத வீடு!
காற்றிலே ஆடும் வீடு,
கதவில்லாத வீடு! – அது என்ன?

1346. கல்லிலே காய்க்கும்பூ என்னபூ?
அது காய்த்தால் மலரும் பூ என்ன பூ?
பூவிலே வெள்ளைப்பூ – என்ன பூ.

1347. கல்லிலே மேய்ந்து,
கயத்திலே நீராடி,
புல்லிலே படுத்தான்,
புவனத்து ராசா! – அவன் யார்?

1348. கல்லிலே விளையும் பூ
காசிநீர் கொள்ளும்பூ
எல்லோரும் தொடும்பூ
அது என்ன பூ?

1349. கல்லுக்கடியில் வில்லு! – அது என்ன?

1350. கல்லுக்குக் கீழே கலச்சாம்பல்! – அது என்ன?

1351. கல்லுக்குத்திச் சோறாக்கிக்
கை போட்டுக் குழம்பு வைத்து,
மரை போட்டுச் சாப்பிட்டார்! – அவை என்ன?

1352. கல்லும் கரடும்
முள்ளும் முரடும்
வேரும் விறகும்! – அது என்ன?

1353. இவன் வாலுக்கு வையகமே நடுங்கும்
– அவன் யார்?

1354. கலம் பிடிக்கும் சாலு,
பதினாறு முழம் வாலு! – அது என்ன?

1355. கழுத்துண்டு, கையில்லை,
நாக்குண்டு, பேச்சில்லை,
வாயுண்டு, அசைவில்லை,
தொப்பியுண்டு, தலைமயிரில்லை! – அது என்ன?

1356. கழுத்தை அறுத்தால் கண் தெரியும்! – அது என்ன?

1357. கள்ளமான் ஏரியிலே
மான் வந்து நிற்கிறது
கட்டடா, பிடியடா
கள்ளக் கயிறு போடடா! – அது என்ன?

1358. களம் கிட்ட, காணி எட்ட! – அது என்ன?

1359. கற்றவர் மனத்தை மயக்கிடும் கலைமகள்!
விற்றவர் பணத்தைப் பெருக்கிடும் விலைமகள்!
– அது என்ன?

1360. கற்றாழை மடல் நிறத்தாள்,
காமனுடன் பிறந்தாள்,
வெற்றிலை தின்றறியாள்,
உதடோ சிவந்திருக்கும்! – அது என்ன?

1361. உடம்பில்லா ஒருவன்
பத்துசட்டை அணிந்திருப்பான் – அவன் யார்?

1362. கறுத்த மேகம் கண்ணீர் விடும் போது
கறுத்த காலான் கம்பியில் படருது! – அது என்ன?

1363. கறுத்த மேனியன் காலாறுடையோன்,
உருக்கு மண்டையின் ஓட்டில் உண்பவன்,
பெருத்த பாரம் சுமக்கும் பித்தனை,
இருவரும் கொண்டுமே ஈட்டினார் அதை!
– அது என்ன?

1364. கறுத்த ரோசா மொட்டு,
கனத்த மேகம் கண்டு,
கணத்தில் இதழ் விரித்து,
காத்திடும்பின் காய்ந்திடும்! – அது என்ன?

1365. கறுத்தவன் வளர்ந்தவன்,
படர்ந்த தலைக்காரன்,
எனக்குப் பெட்டி கொடுத்தான்,
முறம் கொடுத்தான்! – அவன் யார்?

1366. கறுத்திருக்கும் அரங்கமதில்,
வெண்பந்து விளையாடும்! – அது என்ன?

1367. கன்னம் கருத்தபழம்,
கருநாவற் பழம் அல்ல,

சுற்றி வெளுத்திருக்கும்,
சுண்ணாம்புக் கண்டமல்ல,
காசு கொடுத்தாலும்,
வாங்க முடியாத பழம்! – அது என்ன?

1368. கன்னங் கருப்பழகி நான்,
கட்டான முத்தழகி நான்,
வரிசைப் பல்லழகி நான்,
வாரி என்னை வாழ்த்திடுவார்!
– அது என்ன?

1369. கன்னங்கரேல் என்றிருக்கும்
காரிருளும் அல்ல,
கானம் பாடித் திரியும்
வானம்பாடி அல்ல! – அது என்ன?

1370. பெருமாளுக்குப் போடுவது
அதில் நடு எழுத்தை எடுத்துவிட்டால் நாம்தான்
இருப்போம் – அது என்ன?

1371. குழந்தைகளுக்கு இவரை மிகவும் பிடிக்கும்.
தா, தா என்றால் உடனே தந்திடுவார்
– இவர் யார்?

1372. கன்னி கடைவீதிக்குப் போனாள்
கண்டாள் ஒரு கட்டழகனை
காசையும் கொடுத்து வாங்கினாள்,
கழுத்திலே கை போட்டுக்
கூட்டி வந்தாள் வீட்டுக்கு! – அது என்ன?

1373. கன்னி முனையில் இருந்து,
காசிக்குக் காசினி மேல்,
தன்னிலையிற் செல்வதை நீ கூறு! – அது என்ன?

1374. கனங்கன மரத்தில் ஏறுமாம் மயில்,
கையினால் குத்துப்பட்டுச் சாகுமாம் மயில்,
கலிங்கஞ் சோறு தின்னுமாம் மயில்,
புறக்கடையில் இழுபட்டுக் கிடக்குமாம் மயில்!
– அது என்ன?

1375. கனதனத் தாளைக் கடையில் கண்டேன்,
கண்டவுடன் கொண்டேன்,

கொண்டவுடனே அடித்தேன்,
அடித்தவுடனே நகைத்தாள்,
நகைத்தவுடனே அடித்தேன்! – அது என்ன?

1376. காக்கையைப் போல் கருமை நிறம்,
கையால் விண்டால் ஊதா நிறம்,
வாயால் மென்றால் நீல நிறம்,
பாம்பின் பெயரே அதற்கு உண்டு! – அது என்ன?

1377. காசல்ல பணமல்ல
காசினிக்கு நன்மை ஈயும்
பேசுங்கால் தவறி விட்டால்
இகழ்ந்துரைப்பார் பெரிய மக்கள்!
மோசமே செய்வானேல்
மக்களும் மடிந்து போவார்!
தேசுமிகும் அவனைத்தான்
தேடிடுவார் உலகத்தோரே! – அவன் யார்?

1378. காட்டில் ஒரு கட்டி வெல்லம் வைத்தேன்,
ஈயும் தொடவில்லை, எறும்பும் தொடவில்லை!
– அது என்ன?

1379. காசிராஜன் பெண் அவள், பேர் தில்லை,
அவள் பூசுவது அந்தப்பொடி பில்லை,
வயிற்றிலே ஆறு மாசப்பிள்ளை,
ஒருவருடன் பேசுவதும் இல்லை! – அவள் யார்?

1380. காசு போல் இலை இருக்கும்,
கவரிமான் பூ பூக்கும்,
தின்னக் காய் காய்க்கும்,
தின்னாத பழம் பழுக்கும்! – அது என்ன?

1381. காசைக் கொடுத்துக்
கடையில் வாங்கினாள் கள்ளி!
பையிலே போட்டுப்
பவிசாக வைத்திருந்தாள் பள்ளி!
வாயிலே போட்டு,
வர்ணம் காய்ச்சினாள் வள்ளி!
பச்சிலைத் தோப்புக்குள்ளே
பார்த்தால் தெரியும்! – அது என்ன?

1382. காட்டில் இருக்கும் கண்ணம்மாள்,
வீட்டில் வந்து விளையாடுகிறாள்! – அவள் யார்?

1383. காட்டில் கரிப்பானை கவிழ்ந்திருக்கிறது!
– அது என்ன?

1384. காட்டில் கள்ளன் கயிறு திரிக்கிறான்!
– அவன் யார்?

1385. காட்டில் கறுப்புக் கயிறு போடுகிறான்!
– அவன் யார்?

1386. காட்டில் வாழும் காளைக்கு,
முதுகில் மூன்று சூடு! – அது என்ன?

1387. துணி வைக்க முடியாத பெட்டி
ஆனால் இந்தப் பெட்டியை வைத்தால் துணியும்
அடங்கும் – அது என்ன?

1388. மாமரத்தில் அடித்த மாங்காய்
மாத்தூரில் போய் விழுகிறது! – அது என்ன?

1389. மளிகைக் கடையில் இருக்கும் ராணி!
– என்ன ராணி?

1390. மாமன் வீட்டுத் தோட்டத்திலே
மஞ்சள் குருவி ஊஞ்சலாடுது! – அது என்ன?

1391. மாயக் கண்ணன்
சொல்லுவதைச் சொல்லி விடுவான்! – அது என்ன?

1392. மாலுமிக்கும் வழிக்கருவி
மாதருக்குத் தொழிற்கருவி! – அது என்ன?

1393. முகம் இருக்கிறது, கைகள் இருக்கின்றன,
கால்கள் இல்லை நடக்கிறேன்! – நான் யார்?

1394. முட்டிக் குதிரைக்கு முன்னூறுகால்! – அது என்ன?

1395. முட்டையிடும்,
மூன்று மாதம் அடையில் இருக்கும்,
நாக்கை நீட்டும், வெளியில் வரும்,
நாகம் போல் படமெடுக்கும் நாகமில்லை!
– அது என்ன?

1396. முட்டையிடும், சட்டை சுழற்றும்
நாக்கை நீட்டும், படம் விரிக்கும்,
நாலுமாதம் அடை காக்கும்
நாயன் தள்ளின பாம்பு அல்ல! – அது என்ன?

1397. முட்டை இடுவேன், குஞ்சு பொரிப்பேன்,
மூவாறு மாதம் மண்ணில் இருப்பேன்,
சட்டை உரிப்பேன், தோல் உரிப்பேன்,
சாமி சாட்சியாய்ப் பாம்பு அல்ல! – நான் யார்?

1398. முடுக்கு வீட்டினுள்
முந்நூறு தென்னம்பிள்ளை! – அது என்ன?

1399. அடித்து நொறுக்கி,
அனலில் போட்டால்,
ஆவியாய்த் தோன்றி,
அழகாய் மணக்கும்! – அது என்ன?

1400. சிறுதுளி விழுந்ததும் குளமே கலங்கியது
– அது என்ன?

1401. வீட்டுக்கு வந்த விருந்தாளியை வரவேற்க ஆளில்லை
– அது என்ன?

1402. சாட்டையால் அடித்ததும்
சத்தமிட்டு ஓடியது
அழுதபடி ஆடியது! – அது என்ன?

1403. ஜான் ஜான் மரத்திலே
ஜான் குருவி தொங்குது!
கிள்ளி வாயில் போட்டால்
திக்கு முக்கலாடுது – அது என்ன?

1404. ஜான் உயரப் பூனை
வைத்ததெல்லாம் சுமக்கும்! – அது என்ன?

1405. ஜான் கயிற்றுக்குள்ளே
சித்திரச் சிமிழுக்குள்ளே
ரத்தினம் கண்டெடுத்தேன்! – அது என்ன?

1406. சின்னப் பொடியனுக்கு
அரண்மனையிலே வேலை! – அது என்ன?

1407. சினந்து சிவந்தவன்
சிதைந்து போவான்! – அவன் யார்?

1408. சின்னஞ்சிறு மாளிகையில்
சின்னச் சின்ன துரைகள்
குதிப்பார்கள் நீந்துவார்கள்
கும்மாளம் அடிப்பார்கள்! – அது என்ன?

1409. சின்ன மச்சான்
குனிய வச்சான்! – அது என்ன?

1410. சின்னப்பட்டு சிவப்புப்பட்டு
நம்மெல்லோராலும் விரும்பும் பட்டு
நாடெல்லாம் திரியும் பட்டு! – அது என்ன?

1411. சின்ன தெங்காரம்
வீடெல்லாம் சிங்காரம்! – அது என்ன?

1412. சிந்தையிலே கண்டேன்
கண்டதும் கொண்டேன்
கொண்டதும் பிறந்தேன்
பிறந்ததும் சிரித்தாள்! – அவள் யார்?

1413. சின்னச் சின்னச் சாத்தான்
வயிறு பெருத்துச் செத்தான்! – அவன் யார்?

1414. சின்னஞ்சிறு சிட்டுக்குருவி
இழுத்து இழுத்து முள் அடைக்கு! – அது என்ன?

1415. சின்னச் சின்ன வாழைக்காய்
சிங்கார வாழைக்காய்
முந்நூறு பணம் பெத்த
முத்து முத்து வாழைக்காய்! – அது என்ன?

1416. சின்னச் சின்னக் கத்தி
சிங்காரக் கத்தி
துரைமாரைக் கண்டாலும் விலகாத கத்தி!
அது என்ன?

1417. சின்னச் சதுரப் பெட்டி
சிங்கார வர்ணப் பெட்டி
கற்றோர்க்குக் கைப்பெட்டி
விற்றோருக்குப் பணப்பெட்டி! – அது என்ன?

1418. சிறு சிறு கதவுகள்
செய்யாத கதவுகள்
திறக்க அடைக்கச்
சத்தம் செய்யாத கதவுகள் – அது என்ன?

1419. சிற்றாநல்லூர் ஏரியிலே
சில குமரிப் பெண்கள் குளிக்கிறார்கள்
பார்த்த கண் பூத்துப் போச்சு
பையன் கையில் துட்டு இல்லை! – அது என்ன?

1420. சிவப்புப் பைக்குள்
சில்லறை கொட்டிக் கிடக்குது! – அது என்ன?

1421. சின்னஞ் சிறுக்கியும்
சின்னப் பையனும்
சிரித்துக் கட்டின சாரி!
சிக்கில்லாமல் அவிழ்த்தவர்களுக்குச்
சென்னைப் பட்டினம் இனாம்! – அது என்ன?

1422. சிமிழிலே தண்ணீர்
தண்ணீர் மேலே தனிக்கொடி
கொடிமேலே சூரியன்! – அது என்ன?

1423. சிவப்புச் சட்டைக்காரன்
சேவகத்தில் கெட்டிக்காரன் – அவன் யார்?

1424. சித்தூர் சிறு மணலிலே
காய்க்கும் கத்தரிக்காய்
கூட்டிப் பார்த்தால்
கொம்புக்கு முப்பது காய்! – அது என்ன?

1425. சிலுசிலுத்த தண்ணீரில்
செம்மறியாடு மேயுது! – அது என்ன?

1426. கூரை வீட்டைப் பிரித்தால் ஓட்டு வீடு
ஓட்டு வீட்டுக்குள்ளே வெள்ளை மாளிகை
வெள்ளை மாளிகை நடுவே ஒரு குளம்
– அது என்ன?

1427. சித்திரையில் சிறுபிள்ளை!
வைகாசியில் வளரும் பிள்ளை!
ஆனியில் அழகுப் பிள்ளை!
ஆடியில் விழும் பிள்ளை! – அது என்ன?

1428. சிவப்பு மொச்சைக் கொட்டை
பகட்டும் பட்டுச் சட்டை – அது என்ன?

1429. விடுதலையைக் குறிக்கும் சொல் அது.
முதலெழுத்தை நீக்கினால் தந்திரம் செய்யும்
முதலெழுத்துடன் கடைசி இரண்டெழுத்து
சேர்ந்தால் நோய் வரும் – அது என்ன?

1430. சீக்கிரமாய்க் கண் விழித்துச்
சிங்காரக் குரல் எழுப்பும் ராஜாவுக்குச்
செக்கச் சிவந்த கிரீடம் – அது என்ன?

1431. சுற்றி வரும் தேரிலே
அத்தை மகள் நிற்கிறாள்
அத்தையுடைய அழுகுரலை
அடக்கி வைக்க முடியலே! – அது என்ன?

1432. சுற்றிச் சூழ முள்ளு
நடுவிலே நல்ல வெல்லம்! – அது என்ன?

1433. சுவரில் பொம்மை
சங்கிலிப் பொம்மை
சூரியனார் பட்டு உடுத்தி
ஐயோ அவள் கையேந்தி நிற்கிறாள்! – அவள் யார்?

1434. சுற்றுவேன் அந்த மரத்தை!
சூடேன் அந்தப் பூவை!
நத்துவேன் அந்தக் காயை!
நாடேன் அந்தப் பழத்தை! – அது என்ன?

1435. சிங்காரப் பூ பூத்து
வெங்காரக் காய் காய்த்து
தொங்காத காய் – அது என்ன?

1436. சித்திரைப் பின்னல் கோட்டைக்குள்ளே
போக வழியுண்டு, வர வழியில்லை – அது என்ன ?

1437. கொதிக்கும் கிணற்றில் குதித்து
குண்டாகி வருவான் – அவன் யார்?

1438. சுற்றிலும் கல்கட்டு
நடுவில் வெள்ளிக்கட்டு – அது என்ன?

1439. ஐந்தெழுத்துப் பெயர் அது
முதல் மூன்றெழுத்து அறிஞரைக் குறிக்கும்
கடைசி இரண்டெழுத்து பாதையைக் குறிக்கும்
முதலெழுத்தும் கடையெழுத்தும் கடலைச்
சார்ந்ததைக் குறிக்கும் – அது என்ன?

1440. சுட்ட கருவாடு
நட்டமே நிக்குது! – அது என்ன?

1441. சுட்டவன் சந்தைக்குப் போறான்! – அது என்ன?

1442. சுத்துவானாம் பயல் செடியைச்
சூடானாம் பயல் பூவைத்
தின்பானாம் பயல் காயைத்
தின்பானாம் பயல் பழத்தை! – அது என்ன?

1443. முன்னும் பின்னும் போவான்
ஒத்தக்காலில் நிற்பான்! – அவன் யார்?

1444. முற்றத்திலே நடக்கும்
மூலையிலே படுக்கும்! – அது என்ன?

1445. முள்ளு முள்ளுக்குள்ளே
முந்திரித் தோப்புக்குள்ளே,
வைக்கோல் போருக்குள்ளே
கண்டெடுத்தேன் வைரமணி – அது என்ன?

1446. முள்ளம் பன்றி வயிற்றுக்குள்ளே வைக்கோல்
வைக்கோலுக்குள்ளே குடல்!
குடலுக்குள்ளே குண்டுமணி! – அது என்ன?

1447. முப்பத்திரண்டு வெள்ளை சிப்பாய்களுக்கு
நடுவே ஒரு சிவப்பு ராசா! – அது என்ன?

1448. வயிறெல்லாம் பல் – அது என்ன?

1449. முயல் புகாத காடு என்ன காடு?

1450. முதுகிலே மூட்டை சுமந்து
மூன்று மணிக்கு முழம் போவாள் – அவள் யார்?

1451. முதலில், வெளியே இருப்பதை
எறிந்து விடுவீர்கள்,
பின், வெளியில் இருப்பதைச் சாப்பிட்டு விட்டு
உள் இருப்பதை எறிந்து விடுவீர்கள் – அது என்ன?

1452. முத்து மூடியிருக்கும்
முக்காடு போட்டிருக்கும்,
முட்கள் நீண்டிருக்கும்
மிடுக்காக வீற்றிருக்கும் – அது என்ன?

1453. முத்தும் முத்தும்
குதித்து விளையாட
மங்கள ராஜா
மகிழ்ந்து விளையாட – அது என்ன?

1454. முத்துக் கோட்டைக்குள்ளே
மூன்று பேர் புகுந்தார்கள்
புகுந்தவர்கள் வரவில்லை
போர் நடக்குது, இரத்தம் சிந்துது! – அது என்ன?

1455. முத்துக்கு உவமை
சொல்லுக்கு உரிமை! – அது என்ன?

1456. முட்டை போலப் பூ இருக்கும்
தாமரை அல்ல,
கோணலாகக் காய் காய்க்கும்
புளியும் அல்ல! – அது என்ன?

1457. முத்து முத்தாய்த் தோரணம்
தரையில் விழுந்து ஓடும்! – அது என்ன?

1458. முகம் பார்த்து வளரும்
முடிவில்லாமல் தொடரும் – அது என்ன?

1459. காயான காய், கனியாத காய்,
கறியாகும் காய், நெட்டுக்கம்புக்காய் – அது என்ன?

1460. முக்காட்டுக்குள்ளே மூன்று பேர்
வெயிலடித்தால் வெவ்வேறே! – அது என்ன?

1461. முகத்தின் மீது முழுநீலம் பூத்துண்டு,
கண்டதுண்டு, கேட்டதில்லை! – அது என்ன?

1462. முத்துப் பல்லழகி
முகம் காட்டி நிற்கிறாள்! – அவள் யார்?

1463. முட்டைக்கு மூன்று கண்,
அட்டைக்கு ஆயிரம் கண்
பெருமாளுக்கு ஒரு கண்! – அது என்ன?

1464. வெள்ளை வெள்ளை மணல்,
அள்ளித் தின்னாத மணல்,
நுள்ளி விரவித் தின்னவே
வீடு நுழைந்த மணல் – அது என்ன ?

1465. மூன்று போலீஸ்காரனுக்கு
ஒரே தொப்பி! – அது என்ன?

1466. மூன்றடியில் உலகை அளந்தார் பகவான்
இரண்டடியில் உலகை உணர்த்தினார் ஒருவர்
– அவர் யார்?

1467. கால்களில்லை ஆனால் சுற்றுவான்– அவன் யார்?

1468. மூன்று தம்படியில் வீடு நிறையும் – அது என்ன?

1469. பின்னால் கடிவாளம்! – அது என்ன?

1470. மூன்று அங்குலக் கோட்டை
முப்பத்திரண்டு பேர் காவல்
பாங்காக உள்ளிருக்கார் ராஜா
பவனிவர ஏங்குகிறார் ராஜா – அது என்ன?

1471. மூவர் இரு காலால் நடந்ததுண்டா?
உண்டு! – அது என்ன ?

1472. மூடாத வாய்க்கு முழுவாய் – அது என்ன?

1473. மூக்கைத் தட்டி வாயிலே போட்டேன் – அது என்ன?

1474. மூக்கனுக்கு மூன்று முழுநீளம்
மூக்கன் பெண்டாட்டிக்கு
முளைத்தது அகலம்! – அது என்ன?

1475. அடி காட்டில், கொண்டை வீட்டில் – அது என்ன?

1476. மூட்டை மூட்டையாய் எரித்தாலும்
பிடி சாம்பல் கிடைக்காது! – அது என்ன?

1477. மூலை முடுக்கிலே
முந்நூறு தென்னம்பிள்ளை
காயாது பூவாது
கள்ளருக்கும் எட்டாது! – அது என்ன?

1478. மேல் பலகை, கீழ்ப்பலகை
நடுவில் நெளிபாம்பு! – அது என்ன?

1479. மேலேயும் கல்கட்டடம்
கீழேயும் கல் கட்டடம்
ஊற்றுக் கால்வாய்
நடுவிலே போகிறது! – அது என்ன?

1480. கிணற்றுக்கார பாப்பாத்தி
கீழும் மேலும் ஒரு வாள்
வெளியில் வந்து நின்றாலோ
செத்து தொலைந்து போய்விடுவாள்
– அவள் யார்?

1481. மேகத்தின் பிள்ளை அது
தாகத்தின் நண்பன் அது – அது என்ன?

1482. மேனி எல்லாம் கண்கள் மிக உண்டு!
– அது என்ன?

1483. மேலே கல்கட்டு, கீழே கல்கட்டு
கல்கட்டின் கீழே கனத்த சிறு பாம்பு – அது என்ன?

1484. மொட்டை மரத்தில்
முந்நூறு காக்காய் – அது என்ன?

1485. நிலத்தில் ஓடும் மானுமல்ல
நீரில் தாவும் பறவையல்ல
அந்தரத்தில் தொங்கும் வௌவால் அல்ல!
– அது என்ன?

1486. மொட்டைப் பனையிலிருந்து
பூ சொரிகிறது – அது என்ன?

1487. மொட்டுக் கம்பி முளையாக் கம்பி,
நுழையாக் கடலில் நுழைந்த கம்பி – அது என்ன?

1488. மொட்டைக்காடு உட்கார்ந்திருக்கிறது
மூக்கணாங்கயிறு மேய்ந்து வருகிறது – அது என்ன?

1489. மோதிய பின் மின்னும்
மின்னிய பின் வெடிக்கும்! – அது என்ன?

1490. இது இல்லை யென்றால் வீடு கட்ட இயலாது
இது இல்லையென்றால் வாழ்வும் இனிக்காது
– அது என்ன?

1491. வால் குருவி வயிற்றிலே
விதவிதமாய் முட்கள் – அது என்ன?

1492. வைத்திருந்தால் நிறையும்
உபயோகித்தால் கரையும் – அது என்ன?

1493. யானைக்கும் குதிரைக்கும்
அடங்காத தண்ணீர்
தொண்டைமான் குதிரைக்குத்
தொடையளவுத் தண்ணீர் – அது என்ன?

1494. ஒரு ஜான் சுப்பனுக்கு
உடம்பெல்லாம் முள் – அது என்ன?

1495. ராத்திரி பிறந்த பையன்
தலைப்பாகையுடன் பிறந்தான் – அவன் யார்?

1496. துளித்துளியாய் கண்ணீர் விட்டு,
இருளைத் தூரமாய் விரட்டும்! – அது என்ன?

1497. சூழச் சூழ முள்ளுக் குத்தி
பச்சை வண்ணப் பட்டுடுத்தி
அய்யோ அவள் ஒருத்தி
ஆள் பார்த்து நிற்கிறாள்!
அவள் யார்?

1498. சூடுபட்டுச் சிவந்தவன்
வீடுகட்ட உதவுவான்! – அவன் யார்?

1499. சென்னை பட்டணம் சிவப்பு!
சீரங்கப் பட்டணம் கறுப்பு!
உடைத்துப் பார்த்தால் பருப்பு!
தின்று பார்த்தால் கசப்பு! – அது என்ன?

1500. செவலை எருது பிடிக்கப் போனால்
கொக்கி எருது குத்த வருது! – அது என்ன?

1501. செல்லாப் பணம் செல்வதும்
செங்கருடன் பறப்பதும் எதனால்?

1502. செம்பட்டு உடையழகி
தலைகீழாய் குடை பிடிப்பாள்! – அவள் யார்?

1503. செத்துக் காய்ந்த மாடு
சந்தைக்குப் போகிறது! – அது என்ன?

1504. செய்ததைச் செய்யும், குரங்கும் அல்ல
சிங்காரிக்க உதவும், சீப்பும் அல்ல! – அது என்ன?

1505. செடியை உலுக்குவது ஒரு குருவி!
செடியோரம் போகுது ஒரு குருவி!
குட்டையைக் குழப்புது ஒரு குருவி!
குட்டையோரம் போகுது ஒரு குருவி!
– அது என்ன?

1506. செத்துப் போன அண்ணன்
வானத்திலிருந்து
ஒரு பெட்டி போட்டான்
அதை திறக்க முடியும், மூட முடியாது!
– அது என்ன?

1507. செங்கக்கட்டு செங்கக்கட்டு
மகிழம்பூக் கொல்லை
செட்டியார் மகள் பெயர் தில்லை

அவள் வயிற்றில் ஆறு மாதப் பிள்ளை
– அது என்ன?

1508. செட்டி மகள் குப்பா
குப்பா பெற்றாள் குலுகுலுப்பை
குலுகுலுப்பை பெற்றாள் கிலுகிலுப்பை!
– அது என்ன?

1509. செங்கல் கட்டடம்
அதற்குள்ளே பொன் கட்டடம்
அதற்குள்ளே வெள்ளிக் கட்டடம்
அதற்குள் திருக்குளம் – அது என்ன?

1510. செக்கச் செகப்பி அவள்
செவ்வாழை போலிருப்பாள்
வாலும் முளைத்திருப்பாள்
வந்திருப்பாள் சந்தையிலே! – அது என்ன?

1511. செக்கச் செகப்பி நாங்கள்
தீயில் உள்ளவர்கள் நாங்கள்
கல்லுத் தடுக்கினால் செத்துப் போவோம்
– நாங்கள் யார்?

1512. செக்கச் சிவந்திருப்பாள் எங்கக்கா!
செவத்தோரம் ஒண்டியிருப்பா எங்கக்கா!
வாலைக் கொலைச்சிருவா எங்கக்கா!
வயித்தெரிச்சலை மூட்டிடுவா எங்கக்கா!
– அது என்ன?

1513. செக்கச் சிவந்த நிறம்
தேங்காய் திருவி அரம்! – அது என்ன?

1514. செம்மண்ணுக்குள்ளே சிவப்பு மனிதன்! – அது என்ன?

1515. செடியில்லாமல் சிரிக்கும் பூ!
காய்க்காமல் கனிந்த பூ! – அது என்ன?

1516. செவி இல்லாத செவிடன்
ஜெகம் முழுவதும் திரிகிறான்
கால் இல்லாத கபடன்
கண்ட இடமெல்லாம் போகிறான்! – அவன் யார்?

1517. சேலம் சிவப்பு, செவ்வாய் பேட்டை கருப்பு
உடைச்சாப் பருப்பு, தின்னாக் கசப்பு! – அது
என்ன?

1518. சேரத் தண்ணியிலே
சிறுக்கி சித்தாடை துவைக்கிறா! – அது என்ன?

1519. சேற்றுக்குள்ளே செங்கோழி முட்டை! – அது
என்ன?

1520. சொல்லொன்று சொன்னவுடன்
நில்லாமல் ஓடுகிறான்!
ஓடுகிற வழி தெரிகிறது
உருவம் தெரியவில்லை!
கையால் பிடிக்க முடியாது
கண்ணால் பார்க்க முடியாது
காதால் கேட்கலாம்! – அது என்ன?

1521. சோறு சமைப்பாள் சொக்கன் சாப்பிட
வேலையாள் அல்ல!
விருந்து படைப்பாள் வந்தவர் சாப்பிட
மனைவி அல்ல!
இருந்தால் கொடுப்பாள் எங்கும் இருப்பாள்
எங்கள் சொக்கி! – அவள் யார்?

1522. டங்கு டிங்கு மரம்
தண்ணீரில் ஊரும் மரம்
தச்சன் செதுக்காத மரம்! – அது என்ன?

1523. டக்டா வண்டி உடைந்து கிடக்கு
ஓட்ட நாதியில்லை!
ராசா மகள் கோபமாய்ப் போறாள்
கூப்பிட நாதியில்லை!
ரோஜாப்பூ கொட்டிக் கிடக்கு
பொறுக்க நாதியில்லை! – அது என்ன?

1524. முதுகிலே சுமை தூக்கி
முணுமுணுக்காமல் அசைந்து வரும் – அது என்ன?

1525. இங்கு டூங்கு மரம்
தாங்கி போட்ட மரம்
இரும்பு துளைத்த மரம்
இருபேரும் ஏறும் மரம்! – அது என்ன?

1526. டாக்டர் வந்தாரு
ஊசி போட்டாரு
காசு வாங்காமல்
பறந்து போயிட்டாரு! – அது என்ன?

1527. டாக்கு டீக்கு என்னுமாம் குதிரை
தண்ணீரைக் கண்டால் தவிக்குமாம் குதிரை!
– அது என்ன?

1528. டில்லி ராஜா மகள்
அவள் வயிற்றில் ஆறுமாதப் பிள்ளை
அவள் ஒருவரோடும் பேசுவதில்லை – அது என்ன?

1529. சொம்பு நிறைய கெம்பு! – அது என்ன?

1530. சொன்னதைக் கேட்பான்
சொல்லச் சொல்லக் கேட்பான்
திரும்பச் சொல்ல மாட்டான்
திருடன் மாதிரி இருப்பான்! – அவன் யார்?

1531. டேரா கிழிந்து போனால் தைக்க முடியாது!
ராஜாத்தி ஓடிப் போனால் பிடிக்க முடியாது!
ரோஜாப்பூ உதிர்ந்து போனால்
பொறுக்க முடியாது! – அது எவை?

1532. தலையை வெட்ட வெட்டக்
கறுப்பு நாக்கை நீட்டுகிறான்! – அது என்ன?

1533. தலைமேல் முளைத்திருக்கும்
இலையில்லா மரம்? – அது என்ன?

1534. தவள மேனியன் பவள நாசியன்
நெடிலாய்ப் பிறந்து குறிலாய் வளர்வான்! – அவன்
யார்?

1535. நீண்டிருப்பதைக் குறிக்கும் நான்கெழுத்து
வார்த்தை
இரண்டாவது எழுத்தை எடுத்துவிட்டால்
வயலுக்கு நல்ல எருவாகும்.
முதலெழுத்தும் கடையெழுத்தும் இணைந்தால்
எடுத்துக்காட்டின் சுருக்கமாகும் – அது என்ன?

1536. ராசா மகள் பூவில்லாமல்
சடை போட மாட்டாள்! – அது என்ன?

1537. ராஜா ராணி உண்டு, நாடு அல்ல
இலைகள் பலவுண்டு, தாவரம் அல்ல
அச்செழுத்து உண்டு, புத்தகம் அல்ல
ஆடை ஆபரணம் உண்டு, கடை அல்ல – அது என்ன?

1538. ராஜா மகள் ரஞ்சிதமே,
ராத்திரியெல்லாம் கொஞ்சினமே,
நாளை சாவு நிச்சயம்,
இன்னும் கொஞ்சம் கொஞ்சலாமே! – அது என்ன?

1539. வளைக்க முடியும்
ஒடிக்க முடியாது – அது என்ன?

1540. வருடம் முழுவதும் கனி கொடுக்கும் மரம்
– என்ன மரம்?

1541. வறட்டுக் கிணற்றில் முயல் குதிக்கிறது
– அது என்ன?

1542. வழியில் போகிறவள்
தலையைக் கிள்ளி
மடியில் வைத்தாள் – அது என்ன?

1543. வருத்தம் இல்லாத சுமை – அது என்ன?

1544. வரி வரி வண்ணக் கொம்பு
வாடாத முத்துக் கொம்பு – அது என்ன?

1545. வரிசைக்கு வரும் முந்தி
வாடாத முத்துக் கொம்பு – அது என்ன?

1546. வந்ததை எல்லாம் வாங்கத் தெரியும்
வாங்கியதை எல்லாம் வழங்கத் தெரியாது – அது என்ன?

1547. வட்ட வட்டப் பாத்திக்குள்ளே
ரெண்டு கெண்டை துள்ளுது – அது என்ன?

1548. வட்ட வட்டப்பாய்
வாழ்வு தரும் பாய்
துட்டர் திருடும் பாய்
தூய வெள்ளிப்பாய் – அது என்ன?

1549. வயல் வெள்ளை
வயல் விதை கருப்பு விதை

கையால் விதைத்து.
வாயால் பெருக்க வேண்டும் – அது என்ன?

1550. வட்ட வடிவழகி
தண்ணீரில் வாழும் அழகி
வாடி வதங்கினாலும்
வந்திடுவாள் பந்திக்கு – அவள் யார்?

1551. வண்ணான் வெளுக்காத வெள்ளை
குயவன் பண்ணாத பாண்டம்
மழை பெய்யாத தண்ணீர் – அது என்ன?

1552. வட்ட முகம் உண்டு
வாய் திறந்து பேசாது
காட்டக் கை உண்டு
கால் ஊன்றி நடக்காது – அது என்ன?

1553. வட்டமாய்ச் சுற்றி வரும், கருடன் அல்ல
வாய் மூக்கு சிவந்திருக்கும், கிளியும் அல்ல,
கொட்டுண்டு, தட்டுண்டு,
கோயில் சுற்றி வந்து
கொள்ளிவைப்பார், சுடுகாடல்ல – அது என்ன?

1554. வட்ட வட்டச் சிப்பி,
வாலில்லாச் சிப்பி
எலும்பில்லாச் சிப்பி
என்னை எழுப்புஞ் சிப்பி – அது என்ன?

1555. வட்டக் குளத்திலே மீன் வந்து மேயுது
ஈட்டியாலே குத்தி எடுத்து
வாயிலே போடுடா – அது என்ன?

1556. வாங்கார மலை மேலே
சிங்காரப் பூ பூத்து
தொங்காத காய் காய்க்கும் – அது என்ன?

1557. சுனை ஒன்று வழி மூன்று – அது என்ன?

1558. வந்தாலும் வந்தாள் வாணச்சி
சீவி முடிச்சாள் செட்டிச்சி
வாரி முடிச்சாள் வலச்சி
கோதி முடிச்சாள் கொசத்தி – அது என்ன?

1559. ஒரு வீடு இரு வாசல் – அது என்ன?

1560. காற்று வீசும் மரம்
கையிலிருக்கும் மரம் – அது என்ன?

1561. சீறி வருவான்
தானே ஓடி ஒளிவான் – அவன் யார்?

1562. வானத்திலிருந்து ஒரு குருவி வந்து
வாலால் தண்ணீர் குடிக்கிறது – அது என்ன?

1563. வானத்திலே பறந்திடுவான்
பறவை அல்ல
வட்டமிட்டுச் சுற்றிடுவான்
விமானம் அல்ல! – அது என்ன?

1564. வாலால் தண்ணீர் குடிக்கும்
தலையால் முட்டையிடும் – அது என்ன?

1565. வாரி விட்டேன், கொட்டி விட்டேன்
ஊரெல்லாம் புகைகிறது – அது என்ன?

1566. வாழ்நாள் எல்லாம்
வாயைத் திறந்திருக்கும் – அது என்ன?

1567. மகிழ்வை உண்டாக்கும் நகை
ஆனால் அதை அணிந்து கொள்ள முடியாது
– அது என்ன?

1568. வாய்க்கால் வரப்பிலே காய்த்தால்
ஆயிரங்காய் பறித்தும்
கணக்கிட்டவருக்கு காவேரி யாறு பணம்
– அது என்ன?

1569. வாசலிலே பூத்திருக்கும் வாழ்வரசி – அது என்ன?

1570. வா என்று கூப்பிடும்
போ என்று சொல்லும்
ஆனால் வாய் திறந்து பேசாது – அது என்ன?

1571. விழும் ஆனால் படுக்காது
எழும் ஆனால் நிற்காது – அது என்ன?

1572. விழித்துக் கொண்டு இருக்கும் போதே
அடித்துக் கொண்டு இருக்கிறான் – அவன் யார்?

1573. விருந்துக்கு முந்திடுவாள்
வீதிதோறும் கிடந்தழிவாள்
கொட்டக்கொட்டத் தின்றிடுவாள்
பட்டினிக் கிரையாவாள் பாவிமகள் – அது என்ன?

1574. விதையில்லாத செடி
மழையில் பிறந்து
வெயிலில் காயுது – அது என்ன?

1575. விட்டம் போட்டு, வீடு கட்டி
விசிறி மாட்ட இடம் இல்லை – அது என்ன ?

1576. விரித்தால் தனக்கடக்கம்
சுருங்கினால் நமக்கடக்கம் – அது என்ன?

1577. விண்ணை சிரிக்கச் செய்வாள்
கண்ணைப் பறிக்கச் செய்வாள் – அவள் யார்?

1578. விடிந்த பின் வேலை செய்வாள்
வேலை இல்லையேல் மூலையில் கிடப்பாள் – அது என்ன?

1579. வித்தில்லாமல் விளைவது,
வெட்டாமல் சாயும் – அது என்ன?

1580. விதையில் கிடைக்காத எண்ணெய்
செக்கில் கிடைக்காத எண்ணெய் – அது என்ன?

1581. வினா வெளி வருவதேன்
வைக்கோல் போர் போடுவதேன்?

1582. பீமனுக்கு சோறு போட்டு
வீதியிலே கிடக்கிற பெண் – அவள் யார்?

1583. வீடு இரண்டு, விடுதி பதினாலு
ஆடும் பெண்கள் எழுபது பேர்
ஆட்டி வைப்பார் இரண்டு பேர் – அது என்ன?

1584. வீட்டிற்கு வந்த விருந்தாளியை
வரவேற்க ஆள் இல்லை – அது என்ன?

1585. வீட்டில் இருக்கிற அண்டாவுக்கு
அடைப்பில்லை! – அது என்ன?

1586. சுமையும் சுமந்திருக்கும்
அடியும் திறந்திருக்கும் – அது என்ன?

1587. அடாத நெருப்பிலிருந்து
இருளிலும் சுற்றலாம்! – அது என்ன?

1588. சிரித்தால் பல்லைப் பிடுங்குவார்கள்!
– அவன் யார்?

1589. சாந்து பூசின கோட்டைக்குள்ளே
பூந்து புறப்பட வழியில்லை! – அது என்ன?

1590. விட்டம் போட்டு வீடு கட்டி
விசிறி மாட்ட இடமில்லை – அது என்ன?

1591. எட்டி நின்று பார்ப்பான்
பெட்டியில் போட்டுக்கொள்வான் – அது என்ன?

1592. ஊசி மூக்கன் சந்தைக்குப் போகிறான்!
– அது என்ன?

1593. உலகமெங்கும் படுக்கை விரித்து
உறங்காமல் அலைகிறான்! – அது என்ன?

1594. உருளுது புரளுது தத்தளிக்குது.
ஆனால், தாளம் போடுது! – அது என்ன?

1595. உள்ளதைச் சொல்லுவான்
சொன்னதைக் கொள்ளுவான்! – அவன் யார்?

1596. ஒரு படித் தண்ணீரில் ஒய்யாரி
ஆட்டம் போடுகிறாள்! – அவள் யார்?

1597. குண்டோதரன் வயிற்றில்
குள்ளன் நுழைகிறான் – அது என்ன?

1598. பட்டு ரோஜா மலர்ந்தது
கிட்டப் போனால் சுட்டது – அது என்ன?

1599. நீல நிறத்தாள் எல்லை நெடுந்தூரம் – அது என்ன?

1600. ஒரு முழக்கயிற்றில் உரிமை வந்துவிடும் – அது
என்ன?

1601. பூ இருக்கும் ஆனால்,
இல்லையென்பார்கள் – அது என்ன?

1602. மூடாத தொட்டியில்
எடுக்க எடுக்க நீர்! – அது என்ன?

1603. வெள்ளைச் சீமாட்டிக்கு
விளக்கு எரியுது தலைக்குமேலே – அது என்ன?

1604. புதரின் நடுவே
பொன் போலப் பூத்திருக்கும்
பொய் சொன்ன பூ என்று
புராணக்கதை கூறும் – அது என்ன?

1605. வெட்டி வெட்டி எரியும்
எங்க வீட்டு 'லைட்'! – அது என்ன?

1606. கன்னங்கரேலென்று இருக்கும்
இரண்டு காலிருக்கும்
பகலில் பார்க்கலாம்
இரவில் பார்க்கமுடியாது – அது என்ன?

1607. அள்ளலாம், கிள்ள முடியாது – அது என்ன?

1608. அழகு அழகாய்ப் பூக்கும்
அம்மா என்று காய்க்கும் – அது என்ன?

1609. அக்கா விதைத்த முத்து
அள்ள முடியாத முத்து – அது என்ன?

1610. அகன்ற காட்டின் நடுவே ஒரு பாதை – அது என்ன?

1611. அடித்தால் விலகாது
அணைத்தால் நிற்காது! – அது என்ன?

1612. மூன்றெழுத்துச் சொல் ஒப்புதலைச் சொல்வது.
முதலெழுத்து நம்மை அழைக்கும்
நடு எழுத்தை எடுத்துவிட்டால்
உடலின் தன்மையைச் சொல்லும் – அது என்ன?

1613. அகோரத்தாய்க்கு ஐம்பது குஞ்சுகள்
பிஞ்சுகள் வாயெல்லாம் நஞ்சு – அது என்ன?

1614. நான்கெழுத்துச் சொல் அது.
முதலிரண்டு விடச் சொல்லும்
கடையிரண்டு கதை சொல்லும்
முதலும் கடையும் விதையாகும் – அது என்ன?

1615. ஒற்றைத் தலையனுக்கு இரட்டைப்பல்!
– அவன் யார்?

1616. ஒன்றில்லாமல் உலகம் கெட்டது,
ஒரு காய் இல்லாமல் மானம் கெட்டது,
ஒரு கல் இல்லாமல் உயிர் போனது! – அது என்ன?

1617. ஒளி தந்த உத்தமன்
உருக்குலைவான் அதனாலே! – அது என்ன?

1618. ஒற்றைக்கால் நாராயணன்,
ஓடையிலே மீன் பிடிக்கிறான்! – அவன் யார்?

1619. ஓ ஓ உயர்ந்த மரமே
உருவினால் பிடி காணாது! – அது என்ன?

1620. ஓ ஓ மரமே! உசந்த மரமே
ஒரு பிடி தழைக்கு கெதி கெட்ட மரமே!
– அது என்ன?

1621. ஓ ஓ கிழக்கே ராவணன் தோப்பே,
செங்கால் நண்டே செவந்திப்பூவே,
சட்னு வந்து பெட்டியில் அடங்கேன்!
– அது என்ன?

1622. ஓகோ மரத்திலே
உச்சானிக் கிளையிலே
டம்மார அம்மானுக்கு
மகமாரி போட்டிருக்கு! – அது என்ன?

1623. உயர்ந்த தடியா
ஓகோ தயாளர்!
உடம்பைச் சுற்றி
ஏன் நூறு தழும்பு? – அது என்ன?

1624. கண்ணால் பார்க்கும்
கண்டதைப் பதிக்கும்
பதித்ததைக் கொடுக்கும்! – அது என்ன?

1625. கண்ணிற்குக் கறுப்பழகி,
நாவிற்கு இனிப்பழகி! – அவள் யார்?

1626. கண்ணுக்குக் கண்ணாகும்,
கண்ணுக்குப் புலப்படாது! – அது என்ன?

1627. கண்ணுக்குத் தெரியாமல் பூ பூக்கும்
கொத்துக் கொத்தாய்க் காய் காய்க்கும்!
– அது என்ன?

1628. கணவன் இல்லாத வெள்ளிப் பெண்ணுக்கு
ஏழு எட்டு பத்துப் பிள்ளைகள்! – அது என்ன?

1629. கந்தத் துணியைக் கட்டிக் கொண்டு,
முத்து பிள்ளைகள் பெற்று மகிழ்ந்தாள்!
– அது என்ன?

1630. கருத்த பாறைக்கு வெளுத்தவேர்! – அது என்ன?

1631. கருப்பு சட்டை அணிந்தவன்,
கபடம் அதிகம் உள்ளவன்,
கூவி அழைத்தால் வந்திடுவான்,
தன் கூட்டம் அனைத்தும் சேர்த்திடுவான்!
– அவன் யார்?

1632. நான்கெழுத்தில் மேலே பறக்கும்
கௌரவத்திற்காகவும் கொடுக்கப்படுவது
– அது என்ன?

1633. கருப்புத் தட்டு, வெள்ளைக் குதிரை
ஒருவன் ஏறுவான், ஒருவன் இறங்குவான்!
– அது என்ன?

1634. கருமை நிறத்தழகி
காடெல்லாம் சுற்றி வருவாள்
கண்டவுடன் ஓடுகிறாள்
கானமழை பொழிகிறாள்! – அவள் யார்?

1635. கருப்புக் குதிரையும், வெள்ளைக் குதிரையும்
ஆற்றுக்குப் போகின்றன
கருப்புக் குதிரை ஆற்றுடன் சென்றது
வெள்ளைக் குதிரை வீட்டுக்கு வந்தது!
– அது என்ன?

1636. வெள்ளைப் பிள்ளையார் கோவிலுக்கு
விளக்கேற்ற முடியாது!
கறுப்புப் பிள்ளையார் கோவிலில்
கால் வைக்க முடியாது! – அது என்ன?

1637. மூன்று நிறக்கிளிகளாம்,
கூட்டில் போனால் ஒரு நிறம்! – அது என்ன?

1638. முத்துக் கிருஷ்ணனைக் கூப்பிடுங்கள்,
முதுகு நரம்பை உரியுங்கள்,
பச்சை வெண்ணெய்த் தடவுங்கள்,
பாங்காய் உள்ளில் அடையுங்கள்! – அது என்ன?

1639. முத்துச் சம்பா, முழு விளைவு, சித்தே சாவி!
– அது என்ன?

1640. முத்து சிலம்புக்காரி,
மும்பணத்து ஓலைக்காரி,
தண்டைச் சலங்கைக்காரி,
தரணியில் திரியும் நாரி,
மின்னல் நடைக்காரி,
மின்சாரப் பைக்காரி,
அவளைத் தொடுவானேன்,
அவஸ்தைப் படுவானேன்! – அது என்ன?

1641. முத்துப் பந்தல் போட,
கொட்டு மேளம் ஊத,
ஓடும் விளக்கெரிய,
ஆடும் தேடி வரார்,
பச்சைப் பெண்ணுக்குப்
பாங்கான கல்யாணம்! – அது என்ன?

1642. முத்து போல் பூத்து
முறுகிச் சிறு பயிராகி,
அத்தனையும் சிவந்து,
ஒரு போலக் கறுத்து,
ஒரு பூண் போட்டுச்
சித்திரை மாதம் வருவார்
தெரு வீதியிலே!

1643. முத்து முத்துச் சேலைக்காரி,
முப்பது பெண் வேலைக்காரி,
தண்டைக் கொலுசுக்காரி,
தாவரத்து வீட்டுக்காரி,
அவளைத் தொடுவானேன்
கவலைப் படுவானேன்! – அது என்ன?

1644. முத்து வீரனைப் பிடியுங்கள்,
முதுகு நரம்பைக் கிழிங்கள்,
பச்சை வெண்ணெய்த் தடவுங்கள்,
பாங்காய் வீட்டில் அடையுங்கள்! – அது என்ன?

1645. முதுகுமேல் இருப்பது கூடு – அது
முத்தம்மாளுக்கு வீடு! – அது என்ன?

1646. முதலும் மூன்றும் உறுநிலை மாறின்
ஐந்நிலைத் தோன்றாய் இருந்தது மாறி
நால்வகைப் பொருட்கும் முதலாகும்மே!
– அது என்ன?

1647. முதலெழுத்தால் பால் உண்ணலாம்,
கடையிரண்டால் கானகம் செல்லலாம்
முதலும், முடிவும் தாத்தாவுக்கு
மூன்றெழுத்தில் ஒரு வார்த்தை! – அது என்ன?

1648. முதன் முதல் கற்ற பொருள்
முடிவிலும் அறியாப் பொருள்! – அது என்ன?

1649. முதுகுதனில் பொதி சுமக்கும் ஒட்டகமல்ல,
முனையான கொம்புண்டு, எருதுமல்ல,
விதி வசத்தால் ஓடெடுக்கும் சிவனுமல்ல,
வெற்றிச்சங்கு தானூதும் புலவனல்ல!
– அது என்ன?

1650. முப்பெயர் கூடி முடிந்ததொரு பெயராம்
அப்பெயர் முறையே அறைகுவன் கேண்மின்!
வெல்வமும் வனப்பும் சேர அளிப்பது,
கொடியோடு கொடியிடை கூடக் கொடுப்பது,
குள்ளனோடு கிணறும் வளனுறத் தருவது
எல்லாஞ் சேர்ந்ததோர் இரும்புரமாமே!
– அது என்ன?

1651. முருகன் வீட்டிற்கு போனேன்,
மூன்று வஸ்து பெற்றேன்,
தண்ணியிலே போட்டேன்,
ஒன்று கரைந்தது,
ஒன்று மிதந்தது,
ஒன்று அமிழ்ந்தது! – அது என்ன?

1652. முள் இல்லாத மீன்! – என்ன மீன்?

1653. முள்ளுக் கோட்டைக்குள்
மோகினி உறங்குகிறாள்! – அவள் யார்?

1654. அட்டைக்காரிப் பெண்ணுக்கு
உச்சந்தலை மஞ்சள் – அது என்ன?

1655. மூன்றெழுத்துத் துணியைக் குறிக்கும் சொல்.
நடு எழுத்தை எடுத்து விட்டால் படுக்க வைக்கும். – அது என்ன?

1656. அடித்தாலும் ஓடாது
குத்தினாலும் சாகாது,
நொண்டி மாடு – அது என்ன?

1657. அடுக்கடுக்காய் அடுக்கியிருக்கும்
ஆயிரங்கால் மண்டபம்
கொக்கியாய் வளைந்திருக்கும்
குதிரைக்கால் மண்டபம் – அது என்ன?

1658. அண்ணன் தம்பி ஐவர்
அண்ணன் இல்லாவிட்டால்
தம்பி பாடு திண்டாட்டம் – அது என்ன?

1659. அதிசயக் குளத்திலே அற்புதக் குருவி,
வாலினால் நீரை வற்றக் குடிக்குது – அது என்ன!

1660. அம்மா கொடுத்த தட்டில்
நீர் விட்டால் நிற்கவில்லை – அது என்ன?

1661. அரைப்படி அரிசி வாங்கி,
ஆயிரம் பேர் உண்டு
அரைச் சட்டி மிச்சம் – அது என்ன?

1662. அறைகள் அறுநூறு,
அத்தனையும் ஒரே அளவு – அது என்ன?

1663. அன்றாடம் தீப்பிடித்தும்
அழியாத மாளிகையில்
அறுசுவை விருந்தாகிறது – அது என்ன?

1664. ஆடும்போது சீறும்
ஆடிக் குளத்தில் அடையும்
மூடித் திறக்கும் போது முகம் காட்டும்
– அது என்ன?

1665. ஐந்தெழுத்துச் சொல் அது.
முதலிரண்டு இனிக்கும்
மற்ற மூன்று பறக்கும்
முதலும் கடையும் தேடும் – அது என்ன?

1666. அகட விகட கர்ணம்
சங்கிலி நாமகர்ணம்
நாலு மூலை கர்ணம்
நடுவிலே கும்ப கர்ணம்! – அது என்ன?

1667. அகன்ற வாய் உடையது
திறந்த வாய் மூடாதது! – அது என்ன?

1668. அடர்ந்த கருங்காட்டில்
அடக்க ஆள் இல்லாமல்
விருப்பம் போல் வேட்டையாடுவது எது?

1669. அடித்தால் அழும்
விட்டால் சிரிக்கும்! – அது என்ன?

1670. அடித்து நொருக்கி அனலில் போட்டால்
ஆவியாகத் தோன்றி அழகாய் மணக்கும்
– அது என்ன?

1671. அடிமேல் அடிவாங்கி
அனைவரையும் சொக்க வைக்கும் – அது என்ன?

1672. வயிறு நிறைந்தால் கக்குவான்
வற்றிவிட்டாலோ திக்குவான் – அவன் யார்?

1673. விதையில்லாச் செடி அது
வெட்ட வெட்ட முளைக்கும்
பருவத்தில் நிறம் மாறும் – அது என்ன?

1674. அநேக கொடி இருக்கும்
அழகான பூவும் இருக்கும்
ஆனால் செடி அல்ல! – அது என்ன?

1675. அம்பலத்தில் ஆடும் அழகுக் கண்ணனுக்கு
அங்கம் முழுவதும் தங்கக் கண்ணாடி
– அவன் யார்?

1676. அம்மிக் குழவி போல் பூப்பூக்கும்
அரிவாள் பிடிபோல் காய் காய்க்கும்!
– அது என்ன?

1677. பசுமையான பெட்டிக்குள்ளே
வெள்ளை வெள்ளை முத்துக்கள் – அது என்ன?

1678. ஆயிரம் அறைகள் கொண்ட
பிரமாண்டமான மிட்டாய் கடை – அது என்ன?

1679. யாரும் ஏற முடியாத மரம்
கிளைகள் இல்லாத மரம் – அது என்ன!

1680. கூட்டுக்குள்ளே கூடி இருக்கும் குருவியும் அல்ல
பாய்ந்து செல்லும் புலியும் அல்ல
எதிரியை கொல்லும் வீரனும் அல்ல – அது என்ன?

1681. வட்ட வட்டச் சக்கரம், வளப்பமான சக்கரம்,
பட்டு தைத்த சக்கரம், பருமனான சக்கரம்,
ஆரக்கால் உள்ள சக்கரம், அழகான சக்கரம்,
சூரியனை வெல்லவல்ல, சுந்தரச் சக்கரம்
மாரியையும் தாங்கவல்ல மாயமான சக்கரம்
கையிலேறுஞ் சக்கரம் – அது என்ன?

1682. வட்ட வட்டப் பாதையிலே
வந்து நிற்கும் வெள்ளைக் கொக்கு!
சற்று நேரம் சூடான பின்
சிவப்பாக மாறிவிடும்! – அது என்ன?

1683. வட்ட வடிவாள்,
வர வரத் தேய்வாள்,
முற்றும் மறைவாள்,
மூன்றாம் நாள் முளைப்பாள்! – அது என்ன?

1684. வேகமாக ஓடும் மூன்றெழுத்துப் பிராணி
நடு எழுத்தை எடுத்துவிட்டால் இன்னொரு
பிராணியைப் போல் சத்தம் வரும் – அது என்ன?

1685. வந்த பிற்பாடு வந்தீர்களே,
வந்து விட்டு ஒரு முறை போனீர்களே,
போய் விட்டு ஒரு முறை வந்தீர்களே,
இனிமேல் போனால் வருவீர்களா! – அது என்ன?

1686. வந்தாரு, போனாரு, திரும்பி வந்தாரு,
சொல்லுக்கு இடம் வச்சாரு! – அது என்ன?

1687. வந்தும் கெடுக்கும் வராமலும் கெடுக்கும்!
– அது என்ன?

1688. வயலிலே, மலைச்சரிவிலே,
மலர்ந்து இருக்கிற பெண்ணே
உன்னைக் கிள்ளவா, மெல்லவா,
கிளிக் கூட்டில் அடைக்கவா! – அது என்ன?

1689. வயிற்றில் விரல், தலையில் கல்! – அது என்ன?

1690. வயிறு இல்லாமலே ஒரு மிடாக்
கூழ் குடிக்கிறான்! – அது என்ன?

1691. வயிறு புடைக்கத் தின்றால் தான்
நிமிர்ந்து நிற்பான் குண்டப்பன்! – அது என்ன?

1692. உதை வாங்கி உதை வாங்கி
ஊருக்குச் சேதி சொல்வான் – அவன் யார்?

1693. வரிக்குதிரை ஓடியது
வாய்ப்பாட்டு பாடியது! – அது என்ன?

1694. ஆயிரம் தச்சர் கூடி
அழகான மண்டபம் கட்டி
ஒருவர் கண்பட்டு
உடைந்ததாம் மண்டபம்! – அது என்ன?

1695. வரிவரியாய் சேலை கட்டி
வந்தாளாம் பொம்பளை,
வந்தவுடன் கடித்துவிட்டுப்
போனாளாம் பொம்பளை! – அது என்ன?

1696. வருகிறதும், போகிறதும் என்னாலே,
வந்து வந்து கிடக்கிறதும் என்னாலே,
நான் சாவப் போகிறதும் உன்னாலே,
நான் செத்துக் கிடக்கிறதும் என்னாலே!
– அது என்ன?

1697. வருடம் ஒருமுறை வந்து
வண்ண முறத் தைலமிட்டு,
வகைவகையாய்ச் சிற்றுண்டி
வன்மையுற அளித்திட்டு
டப்பென்பாள், தடுப்பென்பாள் – அவள் யார்?

1698. வருவது போவது இரண்டு,
வந்தால் போகாது இரண்டு,
போனால் வராது இரண்டு! – அது என்ன?

1699. வலைபின்னுவான், வலைவீசி இரை பிடிப்பான்
செம்படவனேயல்ல,
இடத்திலிருந்து இடம் தாவுவான்
குரங்குமல்ல, அணிலுமல்ல,

நூலேணியில் ஏறுவான், தொங்குவான்,
உருவம் சிறிதேயாயினும், கருமம் பெருசு,
எட்டுக் காலுள்ள இவன் யார்?

1700. வழியெல்லாம் கூடவே வருவான்
வீட்டுக்குள் மட்டும் வர மாட்டான் – அவன் யார்?

1701. வாள் இல்லாமல் கேடயம் மட்டும்
எப்போதும் வைத்திருக்கும்
போருக்குப் போகாத வீரன் – அவன் யார்?

1702. அடடா! என்ன வெளிச்சம்!
எண்ணெய் இல்லை! திரியும் இல்லை!
ஏற்றி வைக்க ஆளும் இல்லை – என்ன அது?

1703. வரும் போது வெண் சிவப்பு
வளர வளரத் தகதகப்பு
போகும் போது பெருஞ்சிவப்பு – என்ன அது?

1704. தவழ்ந்து வந்தால் தாலாட்டும்
இளமை கொண்டால் இதமாகும்
முதுமை எல்லாம் அழித்துவிடும் – அது என்ன?

1705. நினைக்கும் போதே வாய் இனிக்கும்
நீரில் விட்டால் தான் மிதக்கும்
வேண்டி வேண்டிச் சாப்பிடவே
விருப்பம் தினமும் அதிகரிக்கும் – அது என்ன?

1706. சின்ன சின்ன அறைகள் உண்டு வீடல்ல
சிறந்த அழகு மிகவுண்டு சித்திரமும் அல்ல
காவலுக்கு வீரர்கள் உண்டு கோட்டையும் அல்ல
– அது என்ன?

1707. அரைப்படி அளவே கொண்டு வந்து
அதிலே நீர் விட்டால்
அடுப்பில்லாமல் அதுவே பொங்கும்
அதையும் நீர் வடித்தால்,
ஆயிரம் பேர் உண்டபின்னும்
மிச்சம் அரைச்சட்டி – என்ன அது?

1708. அடுக்கடுக்காக ஆயிரம் அறைகள்
அடடா என்ன அழகு
அருகே போனால் ஆபத்து
ஆயிரம் வீரர் தாக்கிடுவார் – அவை என்ன?

1709. இறைவன் செய்த ஒரு பெட்டி
என்றும் நிறையாச் சிறுபெட்டி
எத்தனை எத்தனை போட்டாலும்
என்றும் நிறையா ஒரு பெட்டி – அது என்ன?

1710. கடும் வெயிலைத் தாங்கும்
கொடுங் குளிரைத் தாங்கும்
பெரும் மழையைத் தாங்கும்
கல்லால் அடித்தால் நொறுங்கும் – அது என்ன?

1711. கண்ணாடிக் குண்டுபோல
கண்பார்க்கப் பேரழகு
காற்றிலே வான் பறக்கும்
கைபட்டால் தான் மறையும் – அது என்ன?

1712. முதுகிலே சுமை தூக்கி
முனங்காமல் அசைந்துவரும்
மூச்சு திணறாது முகம் கோணிப் பாராது
– அது என்ன?

1713. அம்மா விதைத்த முத்து
அள்ள முடியாத சொத்து – அது என்ன?

1714. அலை அலையாய் ஆடிவரும், கடலும் அல்ல
நிலையாக இருக்காது, நிலவும் அல்ல! – அது
என்ன?

1715. ஆகாசத்துக்கும் பூமிக்கும்
ஒரே சங்கிலி – அது என்ன?

1716. உடம்பு முழுக்க முள்ளிருக்கும்
எல்லோருக்கும் பயனளிக்கும்
குத்தமாட்டான், உதவுவான் – அவன் யார்?

1717. அப்பன் பச்சை,
மகள் சிவப்பு,
மகன் கருப்பு – அது என்ன?

1718. அடி அடி என்று அடித்து,
உரி உரி என்று உரித்து,
உள்ளிருப்பதை எடுத்துக்கொண்டு
மேலே இருப்பதை எறிந்து விட்டான்
– அது என்ன?

1719. அடுக்கடுக்காய் இலையுண்டு,
ஆதண்டை அல்ல
கொத்துக்கொத்தாய்ப் பூக்கும்
முருங்கை அல்ல
கோண கோணக் காய் காய்க்கும்,
புளியுமல்ல! – அது என்ன?

1720. அடைக்காத கோட்டையில்,
அரைக்கெஜம் கோபுரத்தில்,
அங்குலத்தில் ஏணி ஒன்று
அமர்க்களமாய் ஜொலிக்குது! – அது என்ன?

1721. அதிர்புதிர் போட்ட மன்னப்பன் தாயாருக்கு
முதுகிலே முந்நூறு அடி! – அது என்ன?

1722. கருப்பு உடம்பில் வெள்ளை ரேகை – அது என்ன?

1723. அந்தி கிழக்கே, அதிகாலை மேற்கே! – அது என்ன?

1724. நடப்பான், கடிப்பான், ஓடுவான், பேசமாட்டான்
– அவன் யார்?

1725. உருட்டைத் தலையனுக்கு உடல் முழுதும் பிரகாசம்
– அவன் யார்?

1726. அயலூர் தாசி அதிகப் பிள்ளைக்காரி
பால் இல்லாமல் பிள்ளை வளர்ப்பதில்
பலே கெட்டிக்காரி! – அது என்ன?

1727. தொட்டுவிட்டால் ஏதும் இல்லை
அரைத்துவிட்டால் சிவந்து விடுவான்
– அது என்ன?

1728. ஆடி ஓய்ந்ததும் அம்மணி வருவாள்!
– அது என்ன?

1729. ஆற்றிலே பத்துமரம் அசையுது
பிடுங்க முடியவில்லை! – அது என்ன?

1730. நான்கெழுத்துப் பெயர் கொண்ட மாநிலம்.
முதலெழுத்தும் கடை எழுத்தும் வாகனத்தைக்
குறிக்கும் – அது என்ன?

1731. தலையிலே கரகம்
வயிற்றிலே நெருப்பு – அது என்ன?

1732. இருட்டு வீட்டிலே குருட்டு எருமை மேயுது!
– அது என்ன?

1733. இத்தனூண்டு சிட்டுக்குருவிக்கு
ஏழு முழம் சித்தாடை! – அது என்ன?

1734. இருட்டு வீட்டில் முரட்டுச் சிப்பாய் – அது என்ன?

1735. ஒற்றைக் கால் மனிதனுக்கு ஒன்பது கை
– அது என்ன?

1736. ஆறு மாதப் பெண்ணுக்கு
அடிவயிற்றில் கர்ப்பம்
எண்ணிப் பார்த்தால்
எழுபது பிள்ளை – அது என்ன?

1737. இதயம் போல் துடிப்பிருக்கும்
இரவு பகல் விழித்திருக்கும்! – அது என்ன?

1738. இரண்டு பெண்கள்
இரட்டைப் பிறவிகள்
ஒருத்தி கீழே வந்தால்
ஒருத்தி மேலே போவாள்! – அது என்ன?

1739. ஓரிடத்தில் பிறந்த பலர்
ஒரு வீட்டில் இருப்பார்கள்
ஒருவன் வெளிச்சுவரில்
உராய்ந்து விட்டால் தான் எரிவான் – யார் இவர்?

1740. முகம் கொடுத்துப் பேசாதார்
அகம் மகிழ நலம் கேட்பார்
முன் பின்னே தெரியாதார்
நண்பனென்றே கரங்குவிப்பார் – எப்போது?

1741. காரில் வந்து இறங்கிடுவார்
கை குவித்தே வணங்கிடுவார்
உங்கள் ஊழியன் நான் என்றே
உவக்க உவக்கச் சொல்லிடுவார்
ஓடெடுத்து உண்பவரானாலும்
உரிமை காட்டி தழுவிடுவார் – எதற்காக?

1742. நெடுக நீண்டு வளர்ந்திருக்கும்
நிழலும் இல்லை உயிருமில்லை
எவர் வந்து போனாலும்,
எதற்கும் அதுதான் அசைவதில்லை – அது என்ன ?

1743. பச்சைப் பசேலென்று
பட்டுப்பாய் விரித்தது போல்
பார்வைக்குத் தான் தோன்றும்
பறித்து உண்ண மனம் விரும்பும் – அது என்ன?

1744. மேலெல்லாம் வெண் சாம்பல்
சிவபக்தியால் அல்ல
ஆடாமல் அசையாமல்
அங்கங்கே படுத்திருக்கும்
ஆளரவம் கேட்டாலும் அச்சமில்லை என்றிருக்கும்
– அது என்ன?

1745. மழைக்கும் அசையாது! எருமை அல்ல
வெயிலுக்கும் வாடாது மாடும் அல்ல
– அது என்ன?

1746. கண்ணைப் பறிக்கும் கட்டழகு
எட்டிப் பிடிக்க முடியாது
விண்ணில் தோன்றிச் சிரித்திடுவாள்
விரைவாய் எங்கோ மறைந்திடுவாள்
– யார் அவள்?

1747. நோய்களைப் பரப்பும், நோயாளி அல்ல
வாயுண்டு வயிறுண்டு
வாழ்க்கையோ அதிகமில்லை!
பேயாய் அலையும், செயலாற்றும்
காதருகே பாட்டுப்பாடும் கையை எடுத்தால்
பறந்து போகும் – அது என்ன?

1748. நீலச் சேலை கட்டி நித்தம் கூத்தாடும்
அவள் வாலைக் குமரி அல்ல!
வயதோ தெரியவில்லை
காலைக் கதிரவனைக் கையசைத்தே
அனுப்பிடு வாள்
மாலை நிலவணைத்தே மகிழ்ச்சி நடம் ஆடிடுவார்
– அவள் யார்?

1749. பச்சைப் பசேலென்றிருக்கும் பாகற் காயல்ல
பற்கள் போல் முள்ளிருக்கும் பலாப்பழமு மல்ல
உள்ளே வெளுத்திருக்கும் தேங்காயு மல்ல
– அது என்ன?

1750. பட்டை பட்டையாய் நீக்கி
பல்வேறு பட்டைதான் நீக்கி
முத்துப் பட்டைதான் நீக்கி
முன்னே வருவாள் – யார் அவள்?

1751. எடுத்துப் போகும் மாடி வீடு
அத்தனையிலும் சோறும் மோரும் – அது என்ன?

1752. தம்பிக்கு எந்த ஊரென்றேன்
வம்புக்கு வருபவன் போல் முறைத்தான்
'எட்டு ஐயாபுரம்' என்றான்
ஏனோ கோபம் எனக் கேட்டேன்
'எட்டு ஐயாபுரம்' என்றே
மீண்டும் சொன்னான் எவ்வூரோ?
– அந்த ஊர் எது?

1753. அந்தரத்தில் பறக்கும் பறவையல்ல
அந்திக்குப்பின் இரை தேடும் ஆந்தையல்ல!
தந்த வரிசையுண்டு விலங்குமல்ல!
தலை கீழாய் நின்றிருக்கும் தவசியும் அல்ல!
– என்ன அது?

1754. அங்கும் இங்கும் அலைவது இரண்டு
அக்கம் பக்கம் பார்ப்பது இரண்டு
இன்னொலி தன்னைக் கேட்பது இரண்டு
எட்டி எடுத்து வைப்பது இரண்டு – இவை என்ன?

1755. கால் இல்லாத கள்வன் ஒருவன்
கால் உள்ளவனைப் பிடித்தான்
தலையில்லாதவன் அதைப் பார்த்துக்
கல கலவெனச் சிரித்தான் – இவர்கள் யார்?

1756. அக்காள் தங்கை உறவுண்டு
அண்டை அண்டை வீடுண்டு
கிட்டக் கிட்ட வந்தாலும்
தொட்டுப் பேச முடியாது – அது என்ன?

1757. ஆகாயத்தில் பறக்கும் பருந்துமல்ல
அலறிப் பிளிறி வரும் யானையுமல்ல
அதிக நீள வாலுண்டு குரங்குமல்ல
அலை பாயும் கொம்புண்டு கலைமானுமல்ல
– அது என்ன?

1758. கடலிலே பிறந்த கன்னிப் பெண்
காற்றிலே மிதப்பாள்
வானத்தில் சுற்றுவாள்
நெஞ்சம் குளிர்ந்தாலோ
நிலத்திலே குதித்திடுவாள்! – அவள் யார்?

1759. திருமணத்தில் இது ஒரு அங்கம்
இது இல்லையென்றால் வரும் பங்கம்
இது நிறைந்திருந்தால் அவனே ஒரு சிங்கம்
– இவை என்ன?

1760. துரு துரு மலையிலே
சுந்தர மடுவிலே
அந்தரத் தோகை என்று
மந்திரக் கூத்தாடும் – அது என்ன?

1761. உயிர் இல்லாத நீதிபதி
ஒழுங்கான நியாயம் – அது என்ன?

1762. வானத்திலே ரோடு போட்டு
மகாலிங்கம் பேரு வெட்டி
இங்கிலீசுப் பள்ளிக்கூடம்
எங்கெங்கோ போவுது. – அது என்ன?

1763. பாளை போலப் பூப்பூக்கும்
பார்த்தவர்க்கு விருப்பூட்டும்
தலையிலே சூடாத பூ
தரணிதனில் என்ன பூ?

1764. பஞ்சு பஞ்சாய் நரைத்திருக்கும் கிழவனல்ல
பாவையர் கையிலிருக்கும் பாலகரும் அல்ல
விஞ்சு தலை விரித்தாடும் பேய்க் குற்றம் அல்ல
வெள்ளி, தங்க நகை பூணும் பிள்ளையார் அல்ல
– அது என்ன?

1765. தண்டைச் சலங்கைக்காரி
தலை வாசல் வீட்டுக்காரி
அவளைத் தொடுவானேன்?
அவதி மிகப் படுவானேன்? – அவள் யார்?

1766. காய் இருக்கக் கனி இருக்க
கண்ணாய் ராஜா மகள் இருக்க

இந்த ராஜா இல்லாமல்
இன்னும் கலியாணமில்லை – அது என்ன?

1767. ஓகோ மரத்திலே
உச்சாணிக் கிளையிலே
ஒட்டுச் சட்டியிலே
உள்ளே இருக்குமாம் களிமண்ணே – அது என்ன?

1768. உணவு ருசியெல்லாம் ஒரு கல்லுக்குள்ளே!
உடுக்கும் உடையெல்லாம் ஒரு கொட்டைக்
குள்ளே – அவை என்ன?

1769. உச்சியிலே குடுமி உண்டு மனிதனல்ல
உருண்டையான வடிவம் உண்டு முட்டையல்ல
நீர் ததும்பி நிறைந்திருக்கும் குடமுமல்ல
நெற்றியிலே முக்கண் இருக்கும் சிவனுமல்ல!
– அது என்ன?

1770. ஒரு கால் நான்கு கீத்து
ஒரு பந்தல் அது என்ன?

1771. ஒரு குதி குதித்தான் திம்மப்பன்
பல்லை இளித்தான் திம்மப்பன்! – அது என்ன?

1772. வண்ண வண்ண பட்டுச் சேலைக்காரி
நீலவண்ண ரவிக்கைக்காரி
– அவள் யார்?

1773. ஒரு குளத்தில் ஒரு தட்டு
நனையாமல் கிடக்கிறது! – அது என்ன?

1774. ஒரு சாண் உடம்பு
உடம்பு நிறைய பற்கள்! – அது என்ன?

1775. ஒரு கொத்து ஓலையைத்
திரு முடி ராசா
வாசிக்க முடியாம
மலையேறப் போகிறார்! – அது என்ன?

1776. ஒரு சாண் குச்சிக் குள்ளே
ஒளிந்திருக்கான் கறுப்பு மனிதன்! – அது என்ன?

1777. ஒரு சாண் குட்டையிலே
ஒரு முழவால்! – அது என்ன?

1778. ஒரு சிமிழியில் மூன்று பெண்கள்! – அது என்ன?

1779. ஒரு பக்கம் செய்தி,
ஊர் எங்கும் கியாதி! – அது என்ன?

1780. ஒரு பக்கம் பல்லால்
ஒன்றை ஒன்பதாக்கும்! – அது என்ன?

1781. ஒரு பிள்ளை பூ மூணு, பூ சொல்லு!
– அது என்ன?

1782. போகும் இடமெல்லாம் கோடு போடுவான்
– அவன் யார்?

1783. ஒரு பெரியமரம் அதற்கு பன்னிரண்டு கிளை,
ஒவ்வொரு கிளையிலும் முப்பது இலை,
அவற்றுள் பதினைந்து இலை கறுப்பு,
பதினைந்து இலை வெளுப்பு! – அது என்ன?

1784. ஒருவராய் ஆடினால் ஆகாதென்று
இருவரும் சேர்ந்து நீராடி,
உப்பூரான் தப்பூரான் சாட்சியாக
விடிந்து துகில் உடுத்தி!
குத்திப் பார்த்து குப்புறத்தள்ளி
படையனும் பள்ளிக்குப் போனான்! – அது என்ன?

1785. ஒருவன் ஓட்டிவர
இரண்டு இழுத்துவர
நெய் திரண்டு வர
நெருப்பு அருகில் வர! – அது என்ன?

1786. ஒளி தருவது, உலகம் புகழ்வது
உனக்குள் இருப்பது! – அது என்ன?

1787. ஏழு குதிரை பூட்டிய தேரில் வரும் மன்னன்
– அவன் யார்?

1788. சொன்னதைச் சொல்லும் பெண்ணுக்கு
பச்சைப் பாவாடை கேட்குதாம் – அது என்ன?

1789. ஒல்லியாய் இருப்பவராம்
ஒற்றைக் கண் உடையவராம்,
உடம்பிலே பட்டாலே
'உஸ்' என்று கத்திடுவோம்! – அது என்ன?

1790. ஒளி கொடுக்கும் விளக்கு அல்ல,
சூடு கொடுக்கும் தீ அல்ல,
பள பளக்கும் தங்கம் அல்ல! – அது என்ன?

1791. சேற்றில் வாழ்பவனுக்கு
ஆகாயத்தில் நண்பனாம் – அது என்ன?

1792. ஒளியைத் தரும், ஒலியாகவும் மாறும்! – அது என்ன?

1793. ஒற்றைக்கால் குருவி
உழக்கு முட்டை இடும்! – அது என்ன?

1794. ஒற்றைக்கால் மனிதனுக்கு ஒன்பது கை! – அது என்ன?

1795. முள்ளு முள்ளுக்குள்ளே,
முக்கிளுவந் தண்டுக்குள்ளே,
வெள்ளி மடலுக்குள்ளே,
வெண்கலக் கட்டி! – அது என்ன?

1796. முன்னுள்ள பொருளை அப்படியே காட்டும்,
இடம் வலம் மாறி தெரியும்,
பளபளப்பு என்றாலே பாதி தெரியும்,
பெல்ஜியம் என்றாலே பெயர் தெரியும்!
– அது என்ன?

1797. முன்னொரு ஊரின் பெயராம்,
முதலெழுத் தில்லா விட்டால்.
நன்னகர் மன்னர் பேராம்,
நடு எழுத்தில்லாவிட்டால்,
கன்னமா மிருகத்தின் பேர்,
கடையெழுத் தில்லா விட்டால்,
உள்ளிய தேனின் பேராம்
ஊரின் பெயர் என்ன?

1798. மூக்குத்தி போலப் பூப்பூக்கும்
அப்பாடா என்ற காய் காய் காய்க்கும்!
– அது என்ன?

1799. மூட்டை தூக்கி முத்தையன்
நத்தை அல்ல,
தண்ணீரில் இருக்கும் நத்தையன்
தவளை அல்ல! – அது என்ன?

1800. மூட்டையைப் பிரிக்கப் பிரிக்க
முந்தானியே வருது! – அது என்ன?

1801. மூடித் திறக்குமொரு கிண்கிணிப் பெட்டி!
அதற்குள்ளே ஒரு வெள்ளைக் கிண்ணம்!
அதற்குள்ளே ஒரு நாவற்பழம்!
அதற்குள்ளே ஒரு நீலப்பழம்! – அது என்ன?

1802. மூடியிருக்குது குண்டுக் கோட்டை!
மூட்டைக்குள் இருக்குது நெல் மூட்டை!
– அது என்ன?

1803. மூன்று எழுத்து ஒரு வார்த்தை
இரத்தக் கலப்புள்ள உறவினன்!
நடு எழுத்தை நீக்கிவிட்டால் தவித்திடுதல்
கடை எழுத்தை நீக்கிவிட்டால் மூச்சை
உள்ளடக்குதல்! – அது என்ன?

1804. மூன்று எழுத்து ஒரு வார்த்தை,
ஒரு வகை மரம்,
நடு எழுத்தை நீக்கிவிட்டால்,
தொடர்ந்திடும் துன்பமாம்,
அதுவே யுகங்களில் ஒன்றுமாம்! – அது என்ன?

1805. மூன்று எழுத்தில் ஒரு வார்த்தை,
மாதம் ஒன்றின் பெயர்
நடு எழுத்தை நீக்கி விட்டால்,
இரும்பாலாகிய கருவி
கடையெழுத்தை நீக்கி விட்டால் ஒரு காய்!
– அது என்ன?

1806. மூன்று கண்ணுடைய முண்டப்பன்,
அதற்கு மேல் தொந்தியப்பன்,
ஆத்தப்பனும், அத்தப்பனும் சண்டையிடுகிறார்கள்,
சித்தப்பன் விலகி விடுகிறார்! – அது என்ன?

1807. மூன்று கொடியோடி மூச்சந்தில் கூடி,
கொள்ளவாளம் பட்டு கொடிகட்டி ஆடுமாம்!
– அது என்ன?

1808. மூன்று எழுத்து ஒரு வார்த்தை,
குற்றாலம் போனாலும் பார்க்கலாம்,

குளித்துக் குளித்து ஆடலாம்,
கும்மாளமும் போடலாம்! – அது என்ன?

1809. மூன்று கொம்பு மாடு,
ஒரு கொம்பால் முட்டுது! – அது என்ன?

1810. இது இல்லாமல் எதையும் வாங்க முடியாது
பாயிலே படுத்திருந்தால் இது கிடைக்காது
ஆனால் அதிலேயே பாய் இருக்கும் – அது என்ன?

1811. மேலறை கீழறை
நடுவில் நெளி பாம்பு!
தக்கபடி வார்த்தை சொல்லி
தன் கூட்டில் தானிருக்கும்! – அது என்ன?

1812. பொட்டுப் போல் இலை இருக்கும்
பொரிபோல் பூப் பூக்கும்
தின்னக்காய் காய்க்கும்
தின்னாத பழம் பழுக்கும் – அது என்ன?

1813. நம்மோடே வரும் ஒன்று
ஆனால் நமக்குள்ளே இருக்கும் அது.
நம்மோடே வரும் ஒன்று
ஆனால் நமக்கு வெளியே இருக்கும் அது
– அவை என்ன?

1814. போய் வருபவை இரண்டு
போனால் வராதவை இரண்டு
எப்போதும் இருப்பவை இரண்டு! – அவை யாவை?

1815. போய்க் கொண்டே இருக்கிறேன்
என்னைத் தொடர்ந்து கொண்டே வருகிறான்
– அவன் யார்?

1816. ஒன்று போனால்
மற்றொன்று உயிர் வாழாது – அது எது?

1817. பூ பூக்கும், காய் காய்க்கும்
ஆனால் பழம் பழுக்காது – அது என்ன?

1818. போருக்கு போகாத வீரன்
போர்க்களத்தையே விரட்டிடுவான் – அவன் யார்?

1819. போடப் போடத் திங்கும்
பெத்த கிடா – அது என்ன?

1820. செய்வதைச் செய்யும் குரங்கு அல்ல,
சிங்காரிக்க உதவும் சீப்பும் அல்ல – அது எது?

1821. நீரில் வாழும் நிலத்தில் சாகும்
நிலத்தில் வாழும் நீரில் சாகும் – அவை என்ன?

1822. மலையிலே வைரம் பேத்து,
மகா தேவனுக்குப் பூசையிட்டு
காதிலே கடுக்கன் போட்டு
கதறுதாம் காளைக் கன்று! – அது என்ன?

1823. மரமுண்டு அடுப்பெரிக்க, விறகுமாகாது
சீப்புண்டு, தலை கோதி வார முடியாது
பூவுண்டு கொண்டையிலே முடிக்க முடியாது
– அது என்ன?

1824. வாழ்வில் இது வீச வேண்டும் என்று எல்லோரும்
விரும்புவர். ஐந்தெழுத்தில் முதலிரண்டும்
கடையெழுத்தும் சேர்ந்தால் இது வசமாகும்.
முதலெழுத்தும் கடையிரண்டும் சேர்ந்தால்
வதமாகும் – இது என்ன?

1825. மேலே மேலே செல்லும்
ஆனால் கீழே வரவே செய்யாது – அது என்ன?

1826. மழையோடு வருகின்ற மஞ்சள் புறாவை
வெட்டினால் ஒரு சொட்டு இரத்தம் வராது
– அது என்ன?

1827. மழையின்றி மாரியின்றி
பச்சை யாவதென்ன?
பூவின்றி, காயின்றி
பழம் பழுப்பதென்ன – அது எது?

1828. மலையிலே, மலைச்சரிவிலே
மயங்கி நிற்கின்ற பெண்ணே
உன்னைக் கிள்ளலாம்
கிளிக்கூண்டில் போட்டு அடைக்கலாம்!
– அது என்ன?

1829. மலையில் இருந்து இரண்டு மாடுகள்
ஓட்டி வந்தேன் ஒன்று, வேலிக்கு இழுக்கிறது
ஒன்று நீருக்கு இழுக்கிறது – அவை யாவை?

1830. மலர் போல மலரும், மல்லிகைப் பூவன்று
முகர்ந்தாலும் மணம் இருக்காது! – அது என்ன?

1831. மூன்றெழுத்து மிருகம் இது.
இது நீரிலிருந்து நம்மை இழுத்தால்
நம் தலை தப்பாது – இது என்ன?

1832. திரை உண்டு ஆனால் படம் இல்லை
– அது என்ன?

1833. பூவுக்குள் பூ வைத்து
போர்த்திய பூ – அது என்ன?

1834. மரத்திற்கு மரம் தாவுவான்
குரங்கு அல்ல
பட்டை தீட்டியிருப்பான்
சாமியார் அல்ல – அது என்ன?

1835. உரசினால் போதும் ஒட்டிக் கொள்ளும்
– அது என்ன?

1836. மதில் இல்லாத கோட்டை
மக்கள் இல்லாத நாடு – அது என்ன?

1837. மரத்திலே மரம் முளைத்து
மக்கச் சக்கரப்பழம் பழுத்து,
எடுப்பார் உண்டு, தின்பார் இல்லை – அது என்ன?

1838. மதுரை சிவப்பு,
மானாமதுரை கருப்பு
உடைத்தால் பருப்பு
தின்றால் கசப்பு – அது என்ன?

1839. மரகத மணியாய்ப் பிறந்து
பொன்மணியாய் வளர்ந்து
முத்து மணியாய் வெடித்து
பால் மணியாய்ப் பக்குவமாய்த்
தரணி காக்கும் தாயானேன்! – நான் யார்?

1840. மத்தால் அடித்து
பத்துப் பேர் பிடித்து
பதமாய் எடுப்பது – அது என்ன?

1841. மண்ணுக்குள்ளே பிறந்தாண்டி
மாபெரும் தோலாண்டி
கண்ணீரைத் தருவாண்டி! அது என்ன?

1842. மண்ணுக்குப் பிறக்கும்
மங்கையருக்கு அழகு தரும் – அது என்ன?

1843. மண்டையில் போட்டால்
மகிழ்ந்து சிரிப்பான் – அது என்ன?

1844. மண்ணிலே பிறந்து
விண்ணிலே மறையும் – அது என்ன?

1845. மண்டூரத் தோட்டத்திலே
குண்டுப்பள்ளி படுத்துக் கிடக்கு
பிடித்து வாடா பெரிய கருப்பா
அடித்துக் கொல்லுடா ஆம்பிளைச் சிங்கம்
– அது என்ன?

1846. மஞ்சள் பெட்டி, மரக்கால் பெட்டி
ஒரு காலும் திறக்காப் பெட்டி – அது என்ன?

1847. மடியிலே பறித்தால்
பிடியிலை இல்லை – அது என்ன?

1848. மஞ்சனத்தி மரத்திலே.
மகாலிங்கம் தோப்பிலே
டக்கிலே முக்கிலே ஒருத்தி
சிறையிலிருந்து வாழ்கிறாள் – அது என்ன?

1849. மஞ்சள் நிற அழகி நான்,
மணமில்லாத அழகி நான்
மார்கழி வந்தால் வரவேற்பார் என்னை!
– நான் யார்?

1850. மஞ்சள் கன்னி நாலு பேர்
சிவப்பு கன்னி நாலு பேர்
கருப்பு கன்னி நாலு பேர்
பச்சைக் கன்னி நாலு பேர்
இந்தப் பதினாறு பேருக்கும்
இரண்டு ஆம்படையர் – அது என்ன?

1851. மஞ்சள் உறைக்குள் மறைந்திருப்பான்
மக்கள் இதயத்தில் மலர்ந்திருப்பான் – அவன் யார்?

1852. மட்டையுண்டு, கட்டையில்லை
பூவுண்டு மணமில்லை – அது என்ன?

1853. மஞ்சள் போல் பூப்பூத்து
மாறுபோல் காய் காய்த்து
எங்கே போனாலும்
என் பெயர் கருப்பி – நான் யார்?

1854. மஞ்சள்பூ பூக்கையிலே
மாட்டேன் என்று சொன்னீரே
பிள்ளை பெற்றுக் கையில் கொடுத்தால்
முத்தமிட வந்தீரே! – அது என்ன?

1855. மேலே பூ பூக்கும்
கீழே காய் காய்க்கும்! – அது என்ன?

1856. மேன் முற்றும் கண் மேயவன்,
தன்னிற் சிக்கிய சீவனை மாய்ப்பவன்! – அது என்ன?

1857. மொச்சைச் செடிக்கு!
அர்ச்சனை செய்யும் பூசாரி,
மோடம் போட்டால்,
முதல் திருவிழா உங்களுக்கா! – அது என்ன?

1858. மொட்டைக் காலு மாடு,
முக்கி முக்கித் தண்ணீர் குடிக்கிறது! – அது என்ன?

1859. மொட்டைத் தட்டிலே,
எட்டுப் பேர் பயணம்! – அது என்ன?

1860. மொட்டைத் தாத்தாவுக்கு,
இரட்டைப் பிளவு மண்டையில்! – அது என்ன?

1861. மொட்டைப் பாறையில்,
மூடிய கண்கள் மூன்று! – அது என்ன?

1862. மோரூரு வீதியிலே,
முப்பது தென்னைமரம்,
காய்க்காது, பூக்காது,
அத்தனையும் வெள்ளைமரம்! – அது என்ன?

1863. யாரும் இறங்காத கிணத்தில்,
அரிச்சந்திரன் இறங்குகிறான்! – அவன் யார்?

1864. யாரும் ஏற முடியாத மரத்தில்,
ஒரு பிள்ளை பெற்றாள்! – அவள் யார்?

1865. யானை அசையாது தின்கிறது! – அது என்ன?

1866. யானை செத்து ஆறுமாதம் ஆகிவிட்டது
யானைத் தடம் அழியவில்லை! – அது என்ன?

1867. யானை படுக்க நிழலுண்டு,
கிள்ளிப் பிடிக்க இலை இல்லை! – அது என்ன?

1868. வட்டமுக வடிவழகன்
வந்தாண்டி காலையிலே,
எட்டி நின்று பேசாமல்,
எங்கோ சென்றான் மாலையிலே! – அவன் யார்?

1869. ராசா வீட்டுத் தோட்டத்திலே,
ராணி வந்து வீசுற கதையைச் சொல்லவா!
காமினி வீட்டுத் தோட்டத்திலே,
மோகினி வந்து வீசுற கதையைச் சொல்லவா!
– அது என்ன?

1870. ராசாவும் நாங்கள் தான்,
ராணியரும் நாங்கள் தான்,
ஆசை கொண்டு,
அடித்திடுவார் எங்களைத் தான்,
எங்கள் பிள்ளையைத்தான்! – அது என்ன?

1871. வஞ்சி இளங் கொடியாள் அவள்,
மேனி எல்லாம் கண்ணுடையாள்,
கண் எல்லாம் சொல்லுடையாள்,
சொல் எல்லாம் பொருளுடையாள்! – அவள் யார்?

1872. வட்டச் சட்டி, குட்டைச் சட்டி,
குட்டைச் சட்டிமேல் கூழ்ப்பானை,
கூழ்ப் பானைக்கு மேல் போதைப் புல்,
போதைப் புல்லுக்கு மேல் பன்றிக்குட்டி!
– அது என்ன?

1873. வட்டப் பூந்தோட்டத்திலே,
வரிசையாய் மரமிருக்கு
நெட்டை மாப்பிள்ளை
எட்டி நடை போடுகிறான்,
குட்டைப் பெண்ணுக்கு
கூடவர முடியவில்லை – அது என்ன?

1874. இடி இடிக்கும் மின்னல் மின்னும்
மழை பெய்யாது – அது என்ன?

1875. மூன்றெழுத்தைக் கொண்டது பெண்,
முதலெழுத்தை நீக்கினால் பூ! – அது என்ன?

1876. வா என்று கூப்பிடும்
போ என்று சொல்லும்
ஆனால் பேசாது? – அது என்ன?

1877. வெள்ளிக்கட்டி மண்ணுக்குள்ளே! – அது என்ன?

1878. சின்னக் கதவுகள், லட்சம் முறை மூடி திறந்தாலும்
ஓசை வராத கதவுகள் – அது என்ன?

1879. பிறக்கும் போது வால் உண்டு,
இறக்கும் போது இல்லை! – அது என்ன?

1880. மலைகள் இருக்கு ஆனால் கற்கள் இல்லை
ஆறுகள் இருக்கு ஆனால் தண்ணீர் இல்லை
நகரம் இருக்கு ஆனால் கட்டடம் இல்லை–
நான் யார்?

1881. வாராத கிணற்று மேலே,
ஏணியில்லாக் கண்கள் மூன்று! – அது என்ன?

1882. வெள்ளையாக இருப்பான்
கறுப்பாக மாறுவான்
தன்னையறியாமல் தண்ணீர் ஆவான்! – அது
என்ன?

1883. வெளுத்த வயல், கருத்த விதை
கையால் விதைப்பது வாயால் பொறுக்குவது
– அது என்ன?

1884. நல்லவர் கொள்ளும் தானம்,
நாலு பேருக்குத் தராத தானம் – அது என்ன?

1885. அன்றைக்குப் புதியவன், அடுத்த நாள்
வேறொருவன். புதியவன் விலை அதிகம்,
அடுத்தவன் வந்துவிட்டால் பாதி விலைகூட
தேறமாட்டான் – அவன் யார்?

1886. நீலநிற மேடையிலே
கோடி மலர் காயுது! – அது என்ன?

1887. மூன்று நிறக் கிளிகளாம்
கூண்டில் போனால் ஒரு நிறம் – அது என்ன?

1888. வந்தும் கெடுக்கும்
வராமலும் கெடுக்கும்! – அது என்ன?

1889. முதுகுமேல் கூடு
முத்தம்மாவுக்கு வீடு! – அது என்ன?

1890. மொட்டைப் பாட்டிக்கு
முழுகத் தெரியாது! – அது என்ன?

1891. வட்ட வட்டச் சிப்பி
வாயில்லாத சிப்பி
எலும்பில்லாத சிப்பி
என்னை எழுப்பும் சிப்பி! – அது என்ன?

1892. வட்ட முகம் உண்டு
வாய் திறந்து பேசாது
காட்டக் கையுண்டு
காலூன்றி நடக்காது! – அது என்ன?

1893. வாயிலே தோன்றி, வாயிலே மறையும் பூ! – அது என்ன?

1894. வெள்ளைத்துணி போர்த்திருப்பாள்
சின்னப் பூவம்மா! – அது என்ன?

1895. வானத்தில் வளைந்த தங்கக் கம்பி
நீட்டவும் முடியாது
நகை செய்யவும் முடியாது! – அது என்ன?

1896. எண்ணெய் வேண்டா விளக்கு
எடுப்பார் கைவிளக்கு! – அது என்ன?

1897. ஏழுமலைக்கு அப்பால்
எருமைக்கடா கத்துது! – அது என்ன?

1898. ஏற முடியாத மரம், இலை விழும்! – அது என்ன?

1899. காய்க்கும் பூக்கும்
காசுக்கொரு இலையில்லை! – அது என்ன?

1900. கண்ணால் பார்க்கலாம்
கையால் பிடிக்க முடியாது! – அது என்ன?

1901. காலால் உதைத்தால் காற்றால் உருளும்
– அது என்ன?

1902. தட்டைத் தின்னும், தாளைத் தின்னும்
என் செவலைக் காளை!
தண்ணீர் பட்டால் இறந்து விடும்
என் செவலைக் காளை! – அது என்ன?

1903. தபால் பெட்டி பிஞ்சு கெடக்கு
தைக்க நாதியில்லை!
பிச்சிப்பூ சிந்திக் கெடக்கு
பொறுக்க நாதியில்லை!
ராசா மகள் கோவிச்சுட்டு போறா
அழைக்க நாதியில்லை! – அது என்ன?

1904. தானிருந்தால், பிறரை இருக்கவிடான்!
– அவன் யார்?

1905. தாயார் சமுத்திரத்தாள்
தந்தை சூரியனார்
தரணியிலே என்னைக் கொண்டு
தாங்காத வீடில்லை! – நான் யார்?

1906. தாய் பரட்டைச்சி, மகள் உருட்டைச்சி
– அவை யாவை?

1907. தாய் வீட்டிற்கு மகள் போவாள்
மகள் வீட்டிற்கு தாய் போகமாட்டாள்!
– அது என்ன?

1908. சுவைக்க முடியாத சுவை – அது எது?

1909. தாய் இட்டது முட்டை!
சூரியன் பொரித்தது குஞ்சு!
தாய் போனால் முட்டை, கூழ்முட்டை! – அது
என்ன?

1910. பூ பூக்கும், காய் காய்க்கும்,
ஆனால் பழம் பழுக்காது – அது என்ன?

1911. தாடிக்காரன், மீசைக்காரன்!
கோவிலுக்கு போனால் வெள்ளைக்காரன்!
– அவன் யார்?

1912. தாய் தரையில் கிடக்கிறாள்
மகள் மகாராசா முடியில் இருக்கிறாள்!
– அவள் யார்?

1913. தாய்க்கும் பெற்ற பிள்ளை புருஷனாகவே
அர்த்த ராத்திரி வேளையிலே கர்ப்பந்தரிக்கவே
பொழுது விடியுமுன் பிள்ளை பிறக்கவே!
– அவை யாவை?

1914. தண்டு போல் இருக்கும், சமையலுக்கு உதவாது
தட்டினால் ஒளிர்வான், இருட்டை விரட்டுவான்
– அவன் யார்?

1915. தாயை அடுப்பில் வைத்து
பிள்ளையைப் பொரித்துத் தின்றாள்! – அது என்ன?

1916. நட்டுவாங்கத்திற்கு ஒரு மாதம்
நடனமாடிடும் ஒரு மாதம் – அவை யாவை?

1917. தாயும் பிள்ளையும் தரும பத்தினிகள்
விரிச்ச தலையை முடிக்க மாட்டார்கள்
– அவர் யார்?

1918. தாய் குப்பையிலே, மகள் சந்தையிலே!
– அது என்ன?

1919. தாழ்ப்பாளின் கீழ் கோபால்சாமி! – அது என்ன?

1920. திருப்பதி போனாலும் திரும்பாத பல்லக்கு
– அது என்ன?

1921. தாயாகப் பிள்ளையுடன் தனித்து நின்றாள்
தட்டாமல் பலர் அளிக்கும் முத்தம் கொள்வாள்
ஓயாமல் மேலும், கீழும் தேய்வாள்
வாயாடும் பெண்கள் கையில் வலுவைப் பார்ப்பாள்!
– அவள் யார்?

1922. தில்லுமுல்லுப் பூவே, திருவாச்சிப் பூவே,
அபரஞ்சுப் பட்டணத்து துவரஞ்சிப் பூவே,
என்னை அமுக்காதே அலறுவேன்!
விட்டு விடு ஓடிப் போகிறேன்! – நான் யார்?

1923. திருவாரூர் தேர் வந்து
திக்குன்னு படுத்துக்கிச்சு!
உங்க அக்காம்மா பருப்பு வந்து
பல்லிலே சிக்கிக்கிச்சு! – அவர்கள் யார்?

1924. திடுதிடென மழை பெய்ய
திட்டியெல்லாம் வெள்ளம் ஓட

நான்கு ஊர் ராஜாக்கள்
நனையாமல் வருகிறார்கள்! – அவர்கள் யார்?

1925. அடி மலர்ந்து நுனி மலராத பூ – அது எது?

1926. வால் போல் நீண்டதை
வழுவழுப்பானதை
துண்டம் துண்டமாக்கித்
தூக்கித் தின்னக் கண்டேன் – அது என்ன?

1927. சொன்னதைச் சொல்லும் கிளிப் பிள்ளை
– அது எது?

1928. இரவல் கிடைக்காதது
இரவில் கிடைப்பது – அது என்ன?

1929. மூன்றெழுத்து முனிவரே
முதல் இரண்டும் அழகரே!
மூன்று கோட்டு முனிவரை
முழி முழிக்கும் அழகரே – இவர் யார்?

1930. மூன்று தலை, பத்துக்கால்
இரண்டு வால், ஆறு கண்
இரண்டு கை, நான்கு கொம்பு – என்ன இது?

1931. மழையில் நனையும், வெயிலில் காயும்,
வெளியில் மலரும், வீட்டில் சுருங்கும்
– அது என்ன?

1932. பூத்த போது மஞ்சள்
காய்ந்த போது சிவப்பு
பழுத்த போது கறுப்பு – இது என்ன?

1933. பிடித்தால் அடம்பிடிப்பான்
பிடித்தபிடி நழுவவிடான்
கடிப்பதற்கும் தெரியாதவன்
காட்டுக்குள்ளே தானிருப்பான் – அவன் யார்?

1934. தள தள மேனி கெம்புக்கல்
தவழ்ந்து செல்லும் கெம்புக்கல்
நீரில் மிதக்கும் கெம்புக்கல்
நித்திரை கெடுக்கும் கெம்புக்கல் – அது என்ன?

1935. தூவல் இன்றி எழுதலாம்
தூரிகை இன்றி படமிடலாம் – அது என்ன?

1936. உண்ண முடியாத பன் எது?
துள்ள முடியாத மான் எது?

1937. கல்லாலும் மண்ணாலும்
கட்டப்படாத வீடு
காற்றிலே ஆடும் வீடு
கதவில்லாத வீடு – அது என்ன?

1938. ஒண்ணும் இரண்டும் கலப்பு
உள்ளங்கையில் அடைப்பு
ஆவியிலே நடிப்பு
ஆண்டவர்க்குப் படைப்பு – அது என்ன?

1939. ஏரிக்கரை உயர்ந்திருக்கும்
எட்டிப்பழம் சிவந்திருக்கும்
காகம் கருத்திருக்கும்
காக்கைக் குஞ்சு வெளுத்திருக்கும் – இவை என்ன?

1940. ஏற முடியாத பனை எது?
விற்பனை இல்லாத கடை எது?

1941. அர்த்த ராத்திரியிலே
ஆருமில்லா வேளையிலே
மழை முடிஞ்ச நேரத்திலே
மாப்பிள்ளை குடை பிடிச்சாராம் – இது என்ன?

1942. ஜன்னல் பின்னல் கயிறு
ஜாதிலிங்க கயிறு
எண்ணெய் படாத கயிறு – இது என்ன கயிறு?

1943. வேலைக்காரி கெட்டிக்காரி
வெளியே வரமாட்டாள்
உடன் பிறந்த சொந்தக்காரி
ஓடிப்போக மாட்டாள் – அவள் யார்?

1944. திரண்டு வந்த மக்கள்
ஒரேதிசையை பார்க்கிறார்கள்! – அது என்ன?

1945. திண்ணை மெழுகிற பெண்ணே – உன் புருவத்தின்
கீழ் இருபத்திரண்டு கண்ணே! – அவை யாவை?

1946. திருமால் கையில் திகழ்ந்திடு படையாம்
முது மோர் மன்னன் பெயராகுமே – அது என்ன?

1947. வெயிலில் மலரும், காற்றில் உலரும்
– அது என்ன?

1948. திரியாமல் மேயாமல்
நின்ற இடத்தில் ஒரு குடம்பால்! – அது என்ன?

1949. திரி இல்லாத விளக்கு
திருலோகமெல்லாம் தெரியுதாம்! – அது என்ன?

1950. திண்ணையில் பூத்திருக்கும்
தேவர் கதை ஒன்று!
கல்லை உடைத்து வாயில் போட்டால்
கர்ணன் கதை இரண்டு!
வேரைப் பிடுங்கி வாயில் போட்டால்
வீமன் கதை மூன்று! – அது என்ன?

1951. தீனிக்குக் குறைவில்லை
தீர்த்தம் உண்டால் மரணம்! – அது என்ன?

1952. தீப்பொறி பறக்கிறது, எரியாது,
பிடித்தால் இருக்கும்
பிடிக்கா விட்டால் பறக்கும்! – அது என்ன?

1953. துச்சனிச் சித்தன்
கட்டையைப் பிளந்தான்! – அவன் யார்?

1954. துளித்துளியாய்க் கண்ணீர் விட்டு
இருளைத் தூர விரட்டும்! – அது என்ன?

1955. துரு துரு மலையிலே
சுந்தர மடுவிலே
அந்தரத் தோகை ஒன்று
மந்திரக் கூத்தாடுது! – அது என்ன?

1956. துக்குணிச் சிறுசுக்கு
முக்கலக் கந்தை! – அது என்ன?

1957. தும்மலுக்கும், தூத்தலுக்கும்
சாத்துக்குடி மேடை!
இந்தக் கதை அழித்தவர்க்கு
இராம கிருஷ்ண மேடை! – அது என்ன?

1958. தும்பையின் கீழ் இருந்தவரே,
பம்பரம் போல சுழன்றவரே,
அத்தை துடிக்க, அய்யாதுடிக்க
யார் யார் வீட்டிற்குப் போனீரோ? – அது என்ன?

1959. துடி துடித்து இடி இடிக்கும்
சடசடவென்று படபடக்கும்! – அது என்ன?

1960. தூரத்தில் நின்று பார்க்கக்
கருப்பாயிருந்தது!
பக்கத்தில் போய்பார்க்கப்
பளபளப்பாயிருந்தது!
கையில் எடுத்துப் பார்க்க
சிவப்பாயிருந்தது!
சுவைத்துப் பார்க்க
இனிப்பாயிருந்தது! – அது என்ன?

1961. தேவை என்றால் வீசுவோம்,
தேவை இல்லையென்றால்
எடுத்து வைப்போம்! – அது என்ன?

1962. தேய்க்க நுரைக்கும்
அடிக்க வெளுக்கும்! – அது என்ன?

1963. தேடாமல் கிடைப்பது
தேடும் செல்வத்தைக் குறைப்பது! – அது என்ன?

1964. தேர் அசைய அசையப்
பூ உதிர உதிர! – அது என்ன?

1965. என்மேல் ஒரு குண்டு,
குண்டுமேல் ஒரு பாறை,
பாறை மேல் கோரை,
அந்தக் கோரைக்குள் மீன்,
அது கால், வயிறு, தலை! – அது என்ன?

1966. கைகள் இருக்கும் ஆனால்
கை தட்ட முடியாது – அது என்ன?

1967. அடித்தாலும் உதைத்தாலும் அழமாட்டான்
– அவன் யார்?

1968. எந்நேரமும் கொட்டும். ஆனால் சத்தம் கேட்காது!
– அது என்ன?

1969. இருப்பது இரண்டு கால்
ஓடுவது குதிரை வேகம்
இறக்கை உண்டு
ஆனால் பறக்காது – அது என்ன?

1970. என்னைப் பார்த்தால்
உன்னைக் காட்டுவேன்! – நான் யார்?

1971. என்னை வெட்டினால்
உன்னை அழவைப்பேன்! – நான் யார்?

1972. ஏணி மேலே கோணி,
கோணி மேலே குழாய்,
குழாய் மேலே குண்டு,
குண்டு மேலே புல்லு,
புல்லு மேலே பூச்சி! – அது என்ன?

1973. ஏரிக்கரை உயர்ந்திருக்கும்,
எட்டிப்பழம் சிவந்திருக்கும்,
காகம் கருத்திருக்கும்,
காக்கைக்குஞ்சு வெளுத்திருக்கும்! – அது என்ன?

1974. ஏழு அறைக்குள்
இருக்கும் பெண்ணே!
என்ன கொடுத்தாலும் வருவாய்!
பத்துப் போட்டுப் பன்னீர் தெளித்து வருவேன்
– அது என்ன?

1975. ஏழும், ஏழும் பதிநான்கு
சோலைத் தச்சன் செய்தவேலை! – அது என்ன?

1976. ஏற்றத்தின் மேல் இளம் பாம்பு! – அது என்ன?

1977. ஏற ஏற இதமாயிருக்கும்
ஏறினவுடனே எரிவாயிருக்கும்
புகப்புக புதுமையாயிருக்கும்
புகுந்தவுடனே பயமாயிருக்கும்! – அது என்ன?

1978. ஐந்து வீட்டிற்கு ஒரு முற்றம் – அது என்ன?

1979. ஏறு ஏறு சங்கிலி
இறங்கு இறங்கு சங்கிலி
எட்டாத கொம்பெல்லாம்
தொட்டு வா சங்கிலி – அது என்ன?

1980. ஐந்து ஊர்களுக்கு ஒரே மந்தை! – அது என்ன?

1981. ஒட்டுத் திண்ணையிலே
தடுக்குப் போட்டேன் எடுக்க முடியவில்லை!
– அது என்ன?

1982. ஓடுக்காமல் பறப்பதெது மந்திரி!
சிமிட்டாமல் விழிக்குமது அரசே! – அது என்ன?

1983. ஒண்ணும் இரண்டும் கலப்பு,
உள்ளங்கையில் அடைப்பு,
ஆவியிலே நடிப்பு,
ஆண்டவருக்குப் படைப்பு! – அது என்ன?

1984. ஒரு அகப்பை மாவாலே
ஊரெல்லாம் கலியாணம்! – அது என்ன?

1985. ஒரு கூட்டுத் துறையில்
முப்பத்திரண்டு வெள்ளைப் பசுக்கள்! – அது என்ன?

1986. ஒரு காசுக்கு வடை வாங்கி
உலகத்துக்கே கொடுத்தேன்! – அது என்ன?

1987. பொருளை அழிக்கும் திருடனைப் பிடிக்க
இவனை வளர்த்தால்
இவனே திருடனாகி விட்டானே! – இவன் யார்?

1988. நடக்கவும் தெரியாது பேசவும் தெரியாது
படுத்தே கிடக்கும் பார்த்தால் சிரிக்கும்
ஆசைப் படாதவர் இல்லை
அணைத்துக் கொஞ்சாதவரும் இல்லை
– என்ன இது?

1989. பச்சை நிறச் செடியில்
பவள பழங்கள் தொங்குது – இது என்ன?

1990. நாளெல்லாம் நடந்தாலும்
நாற்பதடி செல்லாது – அந்த
நாயகனுக்கோ உடல் மேலே வெள்ளை கவசம்
– அது என்ன?

1991. பச்சை, வெள்ளை, கறுப்பு
பக்குவமானால் சிவப்பு – இது என்ன?

1992. தலை தின்னுற மன்னாரு சாகப் போறாரு
கன்னத்தில் கண்ணுள்ளவரு சொன்னாரு
குடலில்லாக் கோமாளி கும்மாளம் போடுது
– இவை என்ன?

1993. தாய் வெளியிலே மகள் வீட்டிலே
தாய் மாட்டுக்கு உணவானாள்
மகள் மனிதனுக்கு உணவானாள்! – இவை என்ன?

1994. மூடிய குகைக்குள்ளே
செம்பவள முத்துக்கள் – இது என்ன?

1995. வெள்ளை பளிங்குருண்டை
வீட்டுக்குள்ளிருந்து குண்டு குண்டாய்
வெளிவந்த குஞ்செல்லாம் – யார் யாரோ?

1996. நீள வாலுடன் அங்கும் இங்கும் ஓட ஓட வால்
குறையும் துணிகள் இணையும் – எதனால்?

1997. ஏரியில் இல்லாத நீர்
தாகத்திற்கு உதவாத நீர்
தண்ணீரல்ல! அது என்ன நீர்?

1998. கட் கடவென்று சத்தமிடும் – பல
காததூரம் பட்டென்று செல்லும்
பகல் இரவெல்லாம் சப்தம் போடும்
– இதன் பெயரென்ன?

1999. நெட்டையானவன்
பள்ளத்தில் குதித்து எழுந்து
நீரோடு மேலே வருவான்! – இவன் யார்?

2000. உயரமான இடத்திலே
உச்சாணிக் கிளையிலே
மூணு கண்ணுத் தலையன்
மூடிக்கொண்டு தொங்குறான்! – இவன் யார்?

2001. சுறுசுறுப்பு மிகுந்தவன்
சுற்றிச் சுற்றிச் செல்பவன்
ஒற்றுமையோடு ஓயாமல்
உழைத்துக் கொண்டே வாழ்பவன் – இவன் யார்?

2002. தண்ணீரில் கண்ணீருடன் தலை நீட்டிக்
காத்திருக்கும்
கதிரவன் வரவுகண்டால் முகம் மலர்ந்து
தான் சிரிக்கும்! – இது என்ன?

2003. கார்த்திகையில் வந்து
மார்கழியில் வளர்ந்து

தையில் தடுமாறி
மாசியில் மறையும் – இது என்ன?

2004. இருட்டிலே சாக்கடை ஓரம் நடமாடும்
பகலிலே எங்கோ பதுங்கும் – உருவிலே
குண்டுச் சட்டி போல இருக்கும் – இது என்ன?

2005. இனிப்பில்லாத பழம்
இதழுக்கு உவமை கூறும் பழம்
கொடியில் காய்க்கும் பழம்
குழந்தைகள் உண்ணும் பழம் – என்ன பழம்?

2006. பட்டாடை பளபளப்பு உடலில் உண்டு,
நீண்ட கழுத்துண்டு, அழகான கொண்டை உண்டு
வண்ண இறகிலே பல நூறு கண்களுண்டு.
– இது என்ன?

2007. காய்க்காத மரம்! பூக்காத மரம்
இலையுண்டு, கிளையுண்டு, நிழலுண்டு
– இது என்ன மரம்?

2008. அக்கனியும் இக்கனியும்
முக்கனியும் சர்க்கரையும்
அக்கரையும் சேர்த்து வைத்த
அமிர்தம் – அது என்ன?

2009. பூவும் பூக்கும், காயும் காய்க்கும்
பூவை இருக்கப் பூங்கொம்பில்லை! – அது என்ன?

2010. பூவாமற் காய்ப்பது என்ன காய், மந்திரி!
புண்ணின்றிப் புழு புழுக்கும் – அதுதான் மன்னா!
– அது என்ன?

2011. பூவாப்பூ பூத்துக் கிடக்கு
பொறுக்க நேரமில்ல
தங்கப் போர்வை கிழிஞ்சுக் கிடக்கு
தைக்க ஊசியில்ல
இராசா மகள் கோபிச்சிகிட்டுப் போனா
அழைக்க ஆளுமில்ல – அது என்ன?

2012. பூமியிலே பொன்மரப்பாச்சி
புதைத்து வைத்திருக்கிறது – அது என்ன?

2013. பூமியிலே பிறக்கும்
புகையாய்ப் போகும் – அது என்ன?

2014. பூமியிலே வளராத மரம்
கிளை உண்டு, இலை இல்லை – அது என்ன?

2015. ஊசி நுழையாத கிணற்றிலே
ஒருபடி தண்ணீர் – அது என்ன?

2016. பூட்டுச் சாவி இல்லாத பெட்டி
காசு கொடுத்து வாங்கும் பெட்டி – அது என்ன?

2017. பூ இருந்தும் பறிப்பதில்லை – அது என்ன?

2018. பூவில் பிறக்கும்
நாவில் சுவைக்கும் – அது என்ன?

2019. பூட்டில்லாப் பெட்டிக்குள்ளே
போட்டிருக்கும் வைரக்கல்
வைரக்கல்லின் ஒளியாலே
வையகமே தெரியுதுடா – அது என்ன?

2020. பச்சைப் புல்லில் துவண்டு வரும்
பவளம் போல் உருண்டு இருக்கும்
காலையில் தோன்றும்
கண்ணாடி போல் பளபளக்கும் – அது என்ன?

2021. பெருக்கப் பெருக்கப் பேர் வாங்கி
சிறுக்கி கைபட்டுச் சிறுத்து போனேன்
– நான் யார்?

2022. பன்னிரண்டு மாதங்களைக் கொண்டுள்ள இது
நடுவில் ஒன்று போனாலும் 'மே' என்று கத்தும்
– அது என்ன?

2023. பெரிய கடாரங்காய் போலக் காய் காய்க்கும்
– அது என்ன?

2024. பெண் வயலிலே, தோழி தோட்டத்திலே,
மாப்பிள்ளை தோப்பிலே, நண்பன் வீட்டிலே
– அது என்ன?

2025. பையில் அது இருந்தால்
வேறு எதுவும் அங்கிருக்காது – அது என்ன?

2026. பொன் நகையால் பூப்பூக்கும்
சொன்னதை எல்லாம் உள் இழுக்கும்
– அது என்ன?

2027. பொந்திலே இருப்பவன்
கொம்பிலே சுற்றுவான்
வம்பிலே வீழ்பவன் – அவன் யார்?

2028. பொழுது போனால் பூந்தோட்டம்
விடிந்து பார்த்தால் வெறுந்தோட்டம்
– அது என்ன?

2029. பொரி பொரித்தேன், பெட்டியில் வைத்தேன்
பொழுது விடிந்தபின் காணவில்லை – அது என்ன?

2030. பொந்திலே பொந்து
புளியம் பொந்து,
பொந்தில் இருக்கிற தேவி
உயிரை வாங்குது தாவி! – அது என்ன?

2031. வீதிக்கு வீதி வெளியே இருக்கும்
உடலோ சிவப்பு வாயோ சிறிது
உணவோ காகிதம் – இது என்ன!

2032. நரிக்கதையில் வந்த பழம்
நாடறிந்த நல்ல பழம்
கறுப்பு, சிவப்பு, பச்சை நிறங்களில்
கடையில் எல்லாம் கிடைக்கும் பழம்
– அது என்ன பழம்?

2033. பனி நாட்டில் பறித்து
பக்குவமாய் பெட்டிகளில் அடைத்து
நாடு முழுவதும் விற்கும் பழம்
நல்ல சத்துக் கொண்ட பழம் – என்ன பழம்?

2034. சின்னஞ் சிறியவன் ஆனாலும்
அவன் மீது கால் பட்டாலும் சரி
கை பட்டாலும் சரி சுள்ளென்று கடிப்பான்! –
இவன் யார்?

2035. உச்சி மலை மேல் இருந்து
ஓயாமல் கீழ் விழுவான்
அச்சம் தரும் இரைச்சலுடன்
அவன் குதித்தே விழுந்திடுவான்! – இவன் யார்?

2036. எங்கு இருப்பான் தெரியாது
எப்படி இருப்பான் புரியாது

என்ன சொன்னாலும் திருப்பிச் சொல்லுவான்
யார் என்றும் தெரியாது – இவன் யார்?

2037. ஊருக்கு நடுவே உயர்ந்து நிற்கும்
உருவங்கள் பலப்பல சுமந்து நிற்கும்
உச்சியில் கலசம் தரித்திருக்கும்! – இது என்ன?

2038. ஐந்து பேர் அண்ணன் தம்பி
ஒருவனில்லா விட்டால்
நால்வருக்கும் வேலை இல்லை! – இது என்ன?

2039. நாம் என்ன சொன்னாலும் ஏற்றுக் கொள்வான்
எப்போது கேட்டாலும் தப்பாமல்
திருப்பிச் சொல்லுவான் – அவன் யார்?

2040. சட்டியை கவிழ்த்த இடத்தில்
குட்டிச் சட்டி என்று குடியேறியது
கட்டவிழ முடியாமல் கனத்தமுடி
போட்டு விட்டாள்! – என்ன இது?

2041. உயர்ந்த மரத்திலே
உச்சாணிக் கொம்பிலே
தொட்டில் கட்டி ஆடுது – இது என்ன?

2042. எப்போதும் படபடப்பு
ஏனோ இந்தத் தவிப்பு
கண்மணியைக் காப்பாற்றும் துடிப்பு. – இது என்ன?

2043. மூடாத தொட்டியில் எடுக்க எடுக்க
நீர் இருக்கும். – இது என்ன?

2044. காட்டில் பிறந்த மூங்கில் துண்டு
கான மழையைப் பொழியுது! – இது என்ன?

2045. உயரமாய் வளரும், மரமே அல்ல!
கிளையில்லை, இலை உண்டு தென்னையல்ல
கணுக்கள் பல உண்டு மூங்கிலல்ல.
கடித்தால் இனிக்கும், சாறு வரும்
பொங்கல் தோறும் வீடு வரும் – இது என்ன?

2046. ஆழ் கடல் அடியே பிறந்து
அங்கொருவர் கண்டெடுத்து
அங்காடிக்கு வந்து சேர்ந்து
அங்கமதில் அரங்கேறும் – இது என்ன?

2047. கட்டோடு இருந்ததைப் பிரித்துச்
சத்தை எடுத்து விட்டு சருகைப்
போட்டு விட்டார் – அது என்ன?

2048. இரு வட்டம் சுழல
எட்டுக்கால் இழுத்துச் செல்ல
கடக்கா முடக்கா கடைவீதியில் போகுது!
– இது என்ன?

2049. காய்த்ததைக் கண்ணால் காண முடியாது
பூத்ததைக் கண்டு புரிந்து கொள்ளலாம் – அது
என்ன?

2050. அச்சு இல்லாத சக்கரம்
இறகு இல்லாத சக்கரம் – அது என்ன?

✱✱✱

விடுகதைகளுக்கான விடைகள்

1. யானை
2. பூனை
3. குரங்கு
4. நாய்
5. ஒட்டகம்
6. கழுதை
7. குதிரை
8. அணில்
9. மான்
10. சிங்கம்
11. நரி
12. புலி
13. முள்ளம்பன்றி
14. கங்காரு
15. எருமை
16. தவளை
17. யானைத் தந்தம்
18. தேள்
19. அணில்
20. செருப்பு
21. முதுகு
22. கண் இமை உரோமம்
23. இளநீர்
24. பற்கள்
25. தலைமுடி
26. மான்கொம்பு
27. மழை
28. கொடி
29. காதுகள்
30. அகராதி
31. வியர்வை
32. மெழுகுவர்த்தி
33. கரும்பு
34. காலண்டர்
35. கரும்பலகை
36. பற்கள்
37. மண்புழு
38. உப்பு
39. ஒட்டகம்
40. பூட்டு
41. கலங்கரை விளக்கு
42. காற்று
43. மின்னல்
44. நிழல்
45. முதலை, உடும்பு, பல்லி
46. தென்னை மரம், தேங்காய்
47. கடல் அலை
48. எறும்பு
49. கதவு
50. நாள்காட்டி
51. நிலா
52. வாழை இலை
53. யானை
54. சவுக்கு மரம்

55. தவளை
56. வானம்
57. தந்தி
58. விதை முளைத்து எழுதல்
59. நிலா
60. சிகரெட்
61. சரடு
62. உப்பு
63. தலை எழுத்து
64. வெள்ளரிப்பிஞ்சு
65. தோசை
66. மயில்
67. சந்தனம்
68. மழை
69. காந்தம்
70. நிம்மதி
71. பேன்
72. மெழுகுவர்த்தி
73. நெருஞ்சிமுள்
74. பட்டம்
75. தையல் ஊசி
76. கடிகாரம்
77. கரிக்கருவாள்
78. கத்தரிக்காய்
79. பூக்கோலம்
80. தலைமுடி
81. உண்டியல்
82. திரைப்படம்
83. தீக்குச்சிகள்
84. தோணி
85. பனங்கிழங்கு
86. புத்தகம்
87. திருவிடை மருதூர்
88. கோலம்
89. முதலை, உடும்பு, பல்லி
90. மாம்பழம்
91. கண், கைவிரல்
92. பானை
93. லட்டு
94. விரல் நகம், பல், வெற்றிலை பாக்கு சுண்ணாம்பு பை, செருப்பு.
95. பலூன்
96. மனித நிழல்
97. மின்சாரம்
98. பசுவின் மடி
99. மாங்காய்
100. மல்லிகைப்பூ
101. பருத்தி
102. செந்தட்டி இலை
103. சீத்தாப்பழம்
104. சுண்ணாம்பு
105. பாய்
106. எலி, பூனை
107. வௌவால்
108. வானம்
109. நிலா
110. வாழைப்பூ
111. யானை

112. கண்ணாடி
113. இதயம்
114. தண்ணீர்
115. பனிக்கட்டி
116. தலைப்பேன்
117. பல்
118. குன்றிமணி
119. ரேடியோ
120. பானை
121. கொசு
122. மண்பாண்டம்
123. கானல்நீர்
124. வண்ணான்
125. கள்ளி
126. பாகற்காய்
127. தண்ணீர்
128. தேள், கூழாங்கல், வானம்
129. சந்திரன்
130. நண்டு
131. வெண்டைக்காய்
132. எள்
133. புகைவண்டி
134. கோழிமுட்டை, குஞ்சு, கொண்டை
135. பற்கள்
136. லட்டு
137. நாய்
138. நெருப்புக் கோழி
139. இராமாயணப் புத்தகம்
140. கோரைப்பாய்
141. முள்
142. மீன்
143. வயிறு
144. வான் மண்டலம்
145. அம்மி, குழவி
146. வெண்பூசணிக்காய்
147. ஐஸ்கட்டி
148. சுண்ணாம்பு
149. தாமரைமொட்டு
150. வருடம், மாதம், வாரம், நாள்
151. நெற்கதிர்
152. நெருஞ்சில்
153. சைக்கிள்
154. ஓலைச்சுவடி
155. தையல் இலை
156. வாசற்படி
157. நாகப்பாம்பு
158. இசைத்தட்டு
159. முல்லைப்பூ
160. பலாப்பழம்
161. மூச்சு
162. மத்து
163. கப்பல்
164. கடிகார முள்
165. தொலைபேசி
166. உளுந்து
167. இரயில் தண்டவாளங்கள்
168. வெங்காயம்
169. பாக்குவெட்டி

170. மூக்கு
171. முறுக்கு
172. தாழம்பூ
173. கோவைப்பழம்
174. வாழைப்பழம்
175. புளியம்பழம்
176. நெல்
177. வானம்
178. எறும்பு
179. நெல்லிக்காய்
180. கடிகாரம்
181. பலாக்காய்
182. கரும்பு
183. புகையிலை
184. முருங்கைக்காய்
185. குடை
186. அழுக்கு
187. முட்டை
188. கிணறு
189. கற்பூரம்
190. இறால்மீன்
191. தேங்காய்
192. வரலாறு, பூகோளம்
193. நுங்கு
194. நாக்கு
195. தேள்
196. வெற்றிலை
197. சவுக்குமரம்
198. சூரியன்
199. உப்பு
200. விடவாரம் இலை
201. கட்டுச் சோற்று மூட்டை
202. வானம்
203. கண்மணி
204. அடுப்பு
205. சூரியன்
206. பாதாளம்
207. பால்வற்றி
208. உளுந்து
209. பேன்
210. கிணறு
211. ஐயாக்குட்டி
212. தலையெழுத்து
213. கயிற்றுக் கட்டில்
214. கேமரா
215. ஊசி முள்
216. வானம், விண்மீன்
217. படி
218. விக்கல்
219. விரல்கள்
220. பூசணிக்காய்
221. நிலா
222. தீக்குச்சி
223. ஈசல்
224. தொலைபேசி
225. அட்டைப்பூச்சி
226. நெருப்பு
227. குருவிக் கூடு
228. புகை
229. கருவேப்பிலை

230. கேழ்வரகு
231. பணியாரம்
232. இடி
233. வாழை
234. நுங்கு
235. சிலந்தி
236. கடல், வானம்
237. தூண்டில் மீனும் புழுவும்
238. பற்களும், உமிக்கரியும்
239. துப்பாக்கி
240. உரல், உலக்கை
241. கோலம்
242. தீப்பெட்டியும் தீக்குச்சிகளும்
243. சதுரங்கம் ஆடுதல்
244. வளையல்
245. நோன்பு பண்டிகையில் விரதம்
246. தொலைபேசி
247. புளியம்பழம்
248. நாள்காட்டி
249. படியும், உழக்கும்
250. மிளகாய் பழம்
251. விளக்குமாறு
252. தேர்
253. சல்லடை, தேங்காய், ஊசி
254. தலைவகிடு
255. கொடியடுப்பு
256. நார்க்கட்டில்
257. தொலைக்காட்சிப் பெட்டி
258. பனங்காய்
259. பெருச்சாளி
260. வெங்காயச் செடி
261. வாழைமரம்
262. குலைவாழை
263. தேள் கொடுக்கு
264. தண்ணீர்
265. குயில்
266. கையின் பெருவிரல்
267. சூரியன், சந்திரன்
268. காளான்
269. இடி
270. ஏற்றம்
271. நாக்கு
272. மழை
273. முறம்
274. வானவில்
275. வடை
276. நிலா
277. சூரியகாந்தி
278. வெல்லம்
279. நெல் நாற்று
280. அம்மி, குழவி
281. வாழைமரம்
282. ரோஜாச்செடி
283. திருஷ்டி பூசணிக்காய்
284. பட்டுப்பூச்சி
285. உப்பு
286. மிளகாய்
287. இடித்திடித்து

288. கோழி
289. வேம்பு
290. மருக்கொழுந்து
291. தேள்
292. நாக்கு
293. பச்சைக் குத்துதல்
294. பருத்திவிதை, கோழிக்குஞ்சு
295. தேங்காய்
296. தொலைபேசி
297. மேகம்
298. உலையில் கொதிக்கும் சாதமும், அகப்பையும்
299. நிலா
300. சுண்ணாம்பு
301. பனைமரம்
302. நெற்கதிர்
303. இட்லி
304. கண்கள்
305. தாலாட்டுத் தொட்டில்
306. சப்பாத்தி
307. பேனா
308. பிறைச்சந்திரன்
309. கண்ணாடி
310. செவ்வந்திபூ
311. அடுப்பு
312. கொய்யாப் பழம் (இதைக் கொய்கிறோம் அல்லவா?)
313. தோசைக்கல், தோசை
314. குளிர்
315. தோணி
316. சல்லடை
317. பட்டம்
318. திரைப்படம், எண்ணெயில் முகம்
319. வாயிற்படி நிலை
320. தாலி
321. கதிர்
322. நாகப்பாம்பு
323. எண்ணெய்
324. மக்காச்சோளம்
325. காலண்டர்
326. ஜனவரி, பிப்ரவரி, வணிக வரி, பொருள்கள் வரி
327. பரங்கிக்காய்
328. செருப்பு
329. மூக்குச்சளி
330. புடலங்காய்
331. எலுமிச்சம்பழம்
332. கொம்பு, மீசை
333. தேன்கூடு
334. திரைப்படம்
335. நண்டு
336. செக்கு, எண்ணெய் பிண்ணாக்கு
337. கண்ணிமை
338. உப்புப் பாத்தி
339. சல்லடை
340. மூச்சு
341. நீர் இரைக்கும் வாளி

342. மத்து
343. விண்மீன்
344. கட்டில்
345. நாக்கு
346. எள், செக்கு, எண்ணெய், பிண்ணாக்கு
347. எண், செக்கு, எண்ணெய், பிண்ணாக்கு
348. நண்டு, மீன், அரிக்கரிவாள், வெள்ளாடு
349. மரவட்டை, இரயில் வண்டி
350. தாஜ்மஹால்
351. மேகம், மழைத்துளி, தவளை
352. தேர்
353. வெற்றிலை
354. தையல் இலை
355. பரிசில்
356. வாய்க்கால்
357. மழை
358. பாம்பு
359. கடலலை
360. மோதிரம்
361. தவளை
362. மிளகாய்
363. உளுந்து
364. கற்றாழைக்காய்
365. நல்லபாம்பு
366. கோலம்
367. மீன்வலை
368. தேன்கூடு
369. இரயில் தண்டவாளம்
370. விளக்கு
371. அடுப்பு
372. தீக்குச்சி
373. வெங்காயம்
374. மருக்கொழுந்து
375. தீக்குச்சி
376. வெங்காயம்
377. வெங்காயம்
378. கடிகாரம்
379. கரும்பலகை
380. நாளையதினம்
381. சீட்டுக்கட்டு
382. தந்தி
383. எலுமிச்சம்பழம்
384. நிழல்
385. மஞ்சள்
386. முந்திரிக்கொட்டை
387. பலாப்பழம்
388. பங்குனி
389. வெள்ளி
390. பதநீர்
391. புகைவண்டி
392. நட்சத்திரம்
393. ஈறு
394. கடவுள்
395. நெல் நாற்று
396. அப்பளம்
397. சூரியன், சந்திரன்

398. மாடப்புறா
399. வேளாண்மை
400. மாங்கொட்டை
401. சப்பாத்திக் கள்ளி
402. கறிவேப்பிலை
403. வெற்றி, பாக்கு, புகையிலை, சுண்ணாம்பு
404. பேன்
405. சுருட்டுப் புகை
406. புருவம்
407. தேன்கூடு
408. தோசைக்கல், தோசை
409. வேம்பு
410. கடிதம்
411. கோவைப்பழம்
412. தேங்காய்
413. பரங்கிக்காய்
414. பாய், துடைப்பம், உறி
415. சந்திரன்
416. கருங்கல், வழுக்கல், புழுங்கல், கலங்கல், சுண்ணாம்புக்கல்
417. சேவல், கோழிமுட்டை, குஞ்சு
418. தவளை
419. பற்கள்
420. அடுப்பு, பானை, அரிசி, தண்ணீர், அகப்பை
421. பாதிரி
422. சேவல்
423. காளான், இடி, மழை
424. ஈ
425. கமலை நீர் இறைத்தல்
426. ரூபாய்
427. வானவில்
428. இளநீர்
429. புடலங்காய்
430. நெருப்பால்
431. தென்னை மரம்
432. வாழைப்பூ
433. குத்துவிளக்கு
434. கீரை
435. நெற்கதிர்
436. எலிகள்
437. நாக்கு
438. மக்காச்சோளம்
439. அன்பு
440. பலாப்பழம்
441. கயிறு
442. புளியங்காய்
443. வெல்லம்
444. ஆப்பிள்
445. வாழைமரம்
446. பேனா
447. வாழைப்பழம்
448. தவளை
449. சோளக்கதிர்
450. அடுப்பு
451. கோழி
452. புடலங்காய்

453. சுரைக்காய்
454. எறும்பு
455. மயில்
456. சாம்பிராணி
457. நாக்கு
458. காம்பு, நரம்பு, விளிம்பு, கருப்பு
459. நெருப்புக்கோழி
460. பஞ்சு
461. நத்தை
462. காகிதம், மை, வாசித்தல்
463. கண்ணாடி
464. கடிதம்
465. மேகம்
466. விளக்கு
467. பகலும், இரவும்
468. சங்கு
469. முள்ளங்கி
470. தலைமுடி
471. நகம்
472. சீட்டுக்கட்டு
473. வியர்வை
474. முள்ளங்கி
475. மல்லிகைப்பூ
476. புடலங்காய்
477. சாம்பிராணி
478. வெண்ணெய்
479. நாக்கு
480. அந்தமான்
481. சாம்பல்
482. சுண்ணாம்பு
483. பருத்தி
484. முந்திரிக்கொட்டை
485. பலாப்பழம்
486. புகை
487. குடை
488. வௌவால்
489. புற்று
490. அத்திப்பழம்
491. வாளி
492. தலையணை
493. ஊசி
494. அக்காளையிட்டு
495. உரல், உலக்கை
496. கண்
497. கோலம்
498. துப்பாக்கி
499. தீப்பெட்டி
500. மிளகாய்
501. கால்கள், காதுகள், கண்கள், கைகள்
502. விளக்குமாறு
503. சல்லடை, தேங்காய், ஊசி
504. பேன்
505. மாங்காய்
506. தேள்
507. தென்னைமரம்
508. வாழைத்தார்
509. நெருப்பால்

510. நெல்
511. குத்துவிளக்கு
512. கீரை
513. கையின் பெருவிரல்
514. கோழி, முட்டை, குஞ்சு
515. கொடியடுப்பு
516. உதடு
517. சூரியன், சந்திரன்
518. காளான்
519. காளான்
520. உடைமரத்தின் காய்
521. முடக்கத்தான்
522. நாய்க்குடை
523. விளக்கு
524. பருத்தி
525. காளான்
526. சாம்பிராணி
527. நட்சத்திரங்களும், வானமும்
528. கடிகாரம்
529. மெட்டி
530. செருப்பு
531. கோடாறி
532. மேகம்
533. ஒட்டகம்
534. கருவாடு
535. பாகற்காய்
536. பென்சில்
537. கோலம்
538. கரும்பு
539. சைக்கிள்
540. மரத்தூண்
541. முழுநிலா
542. கண்கள் இமைத்தல்
543. எள்ளு, செக்கு, எண்ணெய், பிண்ணாக்கு
544. மேகம், மழைத்துளிகள், தவளை
545. நல்லபாம்பு
546. இரயில் தண்டவாளம்
547. வெங்காயம்
548. செப்புக்குடம்
549. நீர்வீழ்ச்சி
550. வரகு அரிசி
551. மழை, பருத்தி, உப்பு
552. ஆமை
553. மிளகு
554. தேங்காய்
555. சாப்பாடு வடித்தல்
556. கிளி
557. வயல்
558. மல்லிகைப்பூ
559. சங்கு
560. ஓலைச்சுவடி
561. மழை
562. கண்ணாடி வளையல்
563. வெற்றிலை பாக்கு
564. வாழை இலை
565. நட்சத்திரம்

566. உப்புப்பாத்தி
567. கடிகாரம்
568. அகப்பை
569. எலுமிச்சம் பழம்
570. பல்லாங்குழி
571. கண்ணீர்
572. குத்துவிளக்கு
573. சேவல்
574. வெண்டைக்காய்
575. மூக்குக் கண்ணாடி
576. மூச்சு
577. சட்டை
578. உள்ளிப்பூண்டு
579. துப்பாக்கி
580. பருத்தி
581. இலந்தைப் பழம்
582. திரிசூலம்
583. சட்டி
584. ஆர்மோனியப் பெட்டி
585. வரட்டி
586. பசுமாடு
587. சோறு
588. அணில்
589. மத்துக்கோல்
590. நாய்
591. வரட்டி
592. வாசற்கால்
593. குதிரை
594. வாசற்படி
595. வானம்
596. வாழை
597. தாழம்பூ
598. சந்திரன்
599. சட்டி, பானை
600. நெஞ்சு
601. மேகம்
602. தலைமுடி
603. முதுகு
604. வானம்
605. கற்பூரம், சாம்பிராணி
606. மெத்தை
607. நெருப்பு
608. கண்
609. கிளி
610. வாழை இலை
611. கரும்பு, சர்க்கரை, கற்கண்டு
612. வெற்றிலை, சுண்ணாம்பு, பாக்கு, புகையிலை
613. முருங்கைக்காய்
614. மாங்காய்
615. பிணம்
616. கொட்டை முத்து
617. பருத்திக்காய்
618. கீரைப்பாத்தி
619. வெங்காயமும் அதன் செடியும்
620. தராசுத் தட்டுகள்
621. கரும்பு, யானை, நண்டு, மணி.

622. நுங்கு
623. சட்டை
624. சோடா
625. முட்டை
626. கொசு
627. நெருப்பு
628. நெற்பயிர் (அறுபடைகாலம்)
629. தொட்டில்
630. மண்பானை
631. காலடி நிழல்
632. ஆவாரம் பூக்கள்
633. தவளை
634. நீலவானம், நட்சத்திரம்
635. பால், தயிர், நெய்
636. மேகம், நட்சத்திரம், நிலா
637. மின்சாரம்
638. கற்பூரம்
639. காது
640. குன்றிமணி
641. பாம்பு
642. செக்கு
643. பட்டுப்பூச்சி
644. வெண்டைக்காய்
645. புத்தகம்
646. பூசணிக்காய், தேங்காய், வாழை இலை
647. சோற்றுப்பானை
648. சேவல்
649. எண்ணெய், விளக்கு, திரி
650. தந்தியடிக்கும் கருவி
651. பாக்கு, வெற்றிலை சுண்ணாம்பு
652. மது
653. அலமாரி
654. வாழ்த்து
655. புத்தகம்
656. பசுவின் மடி
657. மரவட்டை
658. எலுமிச்சம்பழம்
659. வளையல்
660. சட்டை
661. மின்சாரம்
662. தவளை
663. வாழைப்பழம்
664. துடைப்பம்
665. துடைப்பம்
666. நாய்
667. ஞானப்பழம்
668. சுண்ணாம்புச் சட்டி
669. நிதானம்
670. கைகாட்டி
671. நிழல்
672. பச்சை குத்துதல்
673. தவளை
674. பரிசில்
675. வயது
676. நிழல்
677. அன்னம்
678. கரும்பலகை
679. குன்றிமுத்து

680. நாய்
681. கழுதை
682. கட்டில்
683. கயிற்றுக் கட்டில்
684. தயிர் கடைதல்
685. அம்மி
686. சொக்கட்டான்
687. கட்டில்
688. ஊஞ்சல்
689. ஆடு, தவளை, மத்தளம்
690. தவளை
691. அச்சு வெல்லம்
692. புளியம் பழம்
693. சொக்கட்டான்
694. யானை
695. ரயில் இன்ஜின்
696. ஊசி
697. ஊசி நூல்
698. கப்பல்
699. தேன்
700. ஆமை
701. அம்மி, குழவி
702. முடி
703. தவளை
704. காற்று
705. பூவரசு
706. வெண்மேகம்
707. புளி
708. மேகம், வானம்
709. பௌர்ணமி
710. பாஸ்பரஸ்
711. உப்பு
712. கைரேகை
713. காளான்
714. தலையனை
715. வளையல்
716. பாய்
717. மின்சாரம்
718. மீன், புளி
719. ரயில் தண்டவாளம்
720. சோறு
721. கடல்
722. விண்மீன்
723. இந்தியச் தேசியக் கொடி
724. ஊசி
725. கிராமபோன்
726. வாழைப்பூ
727. சிலந்தி
728. பாம்பு
729. குன்றிமணி
730. மத்தளம்
731. செங்கல்
732. ஆண்டிப்பட்டி
733. கம்பளிப்பூச்சி
734. பாதை
735. பாலாடை
736. அப்பளம்
737. விக்கல், உப்புக்கல், கறுக்கல்
738. மனிதனின் நிழல்

739. அண்ணன் தம்பி பாகப்பிரிவினை
740. சங்கு
741. பச்சைக்கிளி
742. துணி துவைப்பவர்
743. முருங்கைக்காய்
744. சீப்பு
745. குழி
746. நகையால்
747. கூடை, ஜடை
748. ஆமை
749. நாக்கு
750. பரிதி (சூரியன்)
751. மதுரை
752. பலாப்பழம்
753. வெற்றிலை, பாக்கு, சுண்ணாம்பு
754. மாங்கொட்டை
755. மதி (நிலா)
756. வாழை
757. இரவு – பகல்
நேரம் – இளமை
சூரியன் – சந்திரன்
758. முருங்கை
759. எறும்பு, கரும்பு, வரப்பு
760. கோழிக்குஞ்சு
761. வறட்டி
762. பசுமாடு
763. வாழை
764. தாம்பூலம்
765. சூரியன்
766. மேகம், வானம்
767. கோலம்
768. பேன்
769. சுண்ணாம்பு
770. வெண்டைக்காய்
771. ஆரத்தி
772. கற்றாழை இலை
773. கோழி
774. புகை
775. யயாதி, மனைவி, யமுனை, தேகம், தென்னை, யானைமுகன்
776. நாக்கு
777. நாடகம்
778. நெருஞ்சி முள்
779. வளையல் போடுதல்
780. அண்டா, குடம், செம்பு
781. சுரைக்காய்
782. தாமரை இலை
783. மயில்
784. மழை
785. எந்திரம்
786. வெண்ணெய்
787. பசுவின் பால்மடி
788. பட்டம்
789. இளநீர்
790. எறும்பு
791. மயில்
792. விளக்குத் திரி

793. முத்துநாய்க்கன்பட்டி
794. சித்திரத்தை
795. எருமைப்பட்டி
796. சேவல்
797. காளான்
798. மச்சாண்டா
799. புளியங்காய்
800. வடக்கயிறும், வால்கயிறும்
801. தலைமுடி
802. மாட்டுக்கொம்பு
803. மிருதங்கம்
804. இமை
805. வருடம், மாதம், நாள்
806. நாக்கு
807. எருக்கஞ்செடி
808. காதல் கடிதம்
809. காலண்டர்
810. நெல்
811. சங்கு
812. சாம்பிராணி
813. ஊசி
814. வெங்காயச்செடி
815. பனங்காய்
816. தேர்
817. மிளகாய்ப்பழம்
818. செக்கு
819. வளையல்
820. புளியம்பழம்
821. தொலைபேசி
822. வறட்டி
823. நோன்புப் பண்டிகை
824. வகிடு
825. புத்தகம்
826. அண்ணாசிபழம்
827. புகைவண்டி
828. பார்ப்பாரில்லாமல்
829. சொரியப்பட்டி, கோவில்பட்டி, தேக்கம்பட்டி
830. குயில்
831. நெற்கதிர்
832. கருவேப்பிலை
833. மதி
834. சைக்கிள்
835. நாய்
836. முள்
837. பலாப்பழம்
838. வண்ணத்துப்பூச்சி
839. நகம்
840. மின்னல்
841. தமிழ்மொழி
842. பிணம்
843. கைரேகை
844. தூக்கணாங் குருவிக்கூடு
845. பறித்துத் தின்ன
846. பம்பரம்
847. கண் இமை
848. ஆர்மோனியப் பெட்டி
849. தேர் ஓட்டம்

850. பனித்துளி
851. கோழிமுட்டை
852. அம்பு
853. பற்கள்
854. குழிப்பணியாரம்
855. தேங்காய்
856. பணியாரம்
857. கானல் நீர்
858. நிழல்
859. தீ
860. தேங்காய்
861. கருக்கரிவாள்
862. படி
863. படகு
864. சட்டை
865. படகு
866. ஊறும் நத்தை
867. தலைமுடி
868. சேவல்
869. இலவம்பஞ்சு
870. விளக்கு
871. துப்பாக்கி
872. சோளத்தட்டை
873. சுண்ணாம்பு
874. தாமரைப்பூ, சூரியன்
875. நட்சத்திரம்
876. முட்டை போட்டு
877. பலாப்பழம்
878. காளை
879. தயிர் கடைதல்
880. பாம்பு
881. காய்ந்த இலைகள்
882. பாம்பு
883. தேங்காய்
884. தொட்டில்
885. நாவல்பழம்
886. தேய்பிறை நிலவு
887. புடவை
888. நிழல்
889. சேவல்
890. நெருப்பு
891. தயில் கடைதல்
892. வடை
893. மிதிலை, மாருதி, பவானி, மனைவி, மூக்கு, முகாரி, திருவானைக்கா
894. பகட்டு
895. முட்டை
896. தூண்
897. புளியமரம்
898. தண்ணீர்
899. தேன்கூடு
900. கருவேலமுள்
901. துத்தநாகம்
902. சீப்பு
903. நெல்
904. முந்தானை
905. அதன் தலையில்
906. கதிர்

907. நீராகாரம்
908. மழை
909. பாப்பாரப்பட்டி, பூம்பட்டி, பனமரத்துப்பட்டி
910. தேர்
911. வாளி
912. விண்மீன்
913. கைவிரல்கள்
914. நீர் இறைக்கும் வாளி
915. பிணம்
916. இருள்
917. சிகைக்காய்
918. புளியங்காய்
919. திரிகை
920. காற்று
921. பாம்பு
922. ஈ
923. நண்டு
924. ஊஞ்சல்
925. செருப்பு
926. இசைத்தட்டு
927. பனைமரம்
928. வேர்க்கடலை
929. ஆமை
930. கரும்பு
931. காளான்
932. அஞ்சல் அட்டை
933. பரிசில்
934. கோவைப்பழம்
935. கைத்தறி
936. பற்கள்
937. தட்டாம்பூச்சி
938. அகப்பை
939. கரும்பு
940. வானம்
941. கயிற்றுத் தொட்டில்
942. தேன்கூடு, தேனீக்கள்
943. தாழம்பூ
944. கண்
945. செருப்பு
946. மாதுளை
947. துடைப்பம்
948. நாக்கு
949. தாழம்பூ
950. எலுமிச்சம்பழம்
951. ஆலமரம்
952. ஊசி
953. வயிற்றுப் பிள்ளை
954. செக்கு
955. கிளி
956. மண்ணெண்ணெய் விளக்கு
957. சடை
958. மூக்குக்கண்ணாடி
959. பரிசு
960. பூனை
961. தாலாட்டு
962. வைக்கோல், நெல்
963. சொக்கட்டான்
964. இமை

965. இரயில் பாதை
966. உரல், உலக்கை
967. சங்கு
968. வாழை இலை
969. கண்
970. மஞ்சள்
971. பருத்திக்கொட்டை
972. தென்னைமரம்
973. காது
974. பேப்பர், ரப்பர்
975. தேங்காய்
976. கரடி
977. பொரிவிளங்காய்
978. தீக்குச்சி
979. பருத்திக்காய்
980. படி
981. கூரை
982. கேஸ் சிலிண்டர்
983. சர்க்கரை, உப்பு
984. வெங்காயம்
985. கரும்பு
986. காத்தாடி
987. புஸ்வாணம்
988. மெழுகுவர்த்தி
989. கண் இமை
990. பந்து
991. குழந்தை
992. பூ
993. சீப்பு
994. நாற்காலி
995. தலையணை
996. மூட்டைப்பூச்சி
997. யானை
998. கழுதை
999. பண்ருட்டி
1000. மான்கொம்பு
1001. பலூன்
1002. கிளி
1003. முகவரி
1004. அப்பளம்
1005. கப்பல்
1006. நாக்கு
1007. பனிக்கட்டி
1008. தலைமுடி
1009. குழந்தை, வாலிபன், கிழவன், பிணம்
1010. ஒட்டகம்
1011. அருமை
1012. வெண்ணெய்
1013. எருமுட்டை
1014. மயில்
1015. கொசு
1016. சிரிப்பு, வாழைப்பூ, மத்தாப்பு
1017. சொக்காய்
1018. சுருட்டு
1019. மிளகாய்
1020. படுக்கை, நகை
1021. நெருப்பு
1022. கண்

1023. கடிகாரம்
1024. மின்சாரம்
1025. அகப்பை
1026. தேன்கூடு
1027. மூக்கு
1028. பூட்டு
1029. நகம்
1030. வயிற்றுக்குள் வளரும் சிசு
1031. காளான்
1032. வானவெடி
1033. பனம்பழம்
1034. நாக்கு
1035. தந்தி
1036. பனைமரம்
1037. பல்லாங்குழி
1038. மழை
1039. சைக்கிள்
1040. முருங்கைக்காய்
1041. சட்டை
1042. காற்று
1043. கோபுரம்
1044. பனைநார்
1045. மின்சாரம்
1046. கடல்
1047. வியர்வை
1048. பூமி
1049. செங்கற்பட்டு, செங்கல்பட்டு
1050. ஏரி, கலப்பை
1051. சாலை
1052. வேளைச் செடி
1053. பாய்
1054. விரல்கள்
1055. சுண்டுவிரல்
1056. அடுப்பு
1057. உள்ளங்கை
1058. தீபம்
1059. விளக்கு
1060. நெருப்பு
1061. பேனா
1062. வெள்ளைப்பூண்டு
1063. பம்பரம்
1064. ஊசி
1065. மிளகாய்
1066. ஆரக்கீரை
1067. பால், தயிர், மோர், வெண்ணெய், நெய்
1068. புல்லாங்குழல்
1069. பாதக்குறடு, சந்தனம், விசிறி
1070. வறுத்த பட்டாணி
1071. தேன்குழல் பிடி
1072. நிலா
1073. கோலம்
1074. முட்டை
1075. நாதஸ்வரம்
1076. குடை
1077. மூக்குத்தி
1078. அடுப்பு
1079. சுண்ணாம்பு

1080. அடுப்பு, சோறு
1081. திரிகை
1082. நாக்கு
1083. நிலை
1084. கொசு
1085. அடுபபு
1086. இரத்த ஓட்டம்
1087. தென்னைமரம்
1088. விளாம்பழம்
1089. பென்சில்
1090. புளி
1091. மூங்கில்
1092. செருப்பு
1093. நெற்பயிர்
1094. கண்ணீர்
1095. கரும்பு
1096. கடல்
1097. தோசை
1098. யானைத்தந்தம்
1099. பூட்டு
1100. சிலேட்டு
1101. தூக்கனாங்குருவிக் கூடு
1102. தோசை
1103. புகைவண்டி
1104. நாக்கு
1105. ஊசி
1106. பல்லாங்குழி
1107. புகைவண்டி
1108. வீணை
1109. செக்கு எண்ணெய்
1110. முருங்கைக்காய்
1111. பணியாரம், பவளம், கண்ணாடி
1112. பஞ்சத் தலையணை
1113. தேன்கூடு
1114. முத்து
1115. கடிதம்
1116. மின்னல், இடி, மழை
1117. பொய்க்காய் குதிரை
1118. கடுகு
1119. தென்னைமரம்
1120. தாமரைப்பூ
1121. அந்தமான்
1122. அத்திப்பழம்
1123. பனித்துளி
1124. உப்பு
1125. வேர்க்கடலைச் செடி
1126. சைக்கிள்
1127. படகு
1128. சந்திரன்
1129. போர்க்களம்
1130. வாத்து
1131. சீப்பு
1132. தேன்கூடு
1133. புத்தகம்
1134. சீப்பு
1135. முட்டை
1136. வெள்ளைப்பூண்டு
1137. இரத்தம்
1138. கதவு

1139. கண்ணீர்
1140. கொசு
1141. கரும்பு
1142. கற்பூரம்
1143. இரயில் வண்டி
1144. இளநீர்
1145. உப்பு
1146. தலைமயிர்
1147. சூரியன்
1148. இயந்திரம்
1149. புளியம்பழம்
1150. கடல்
1151. செங்கல்
1152. மேளம்
1153. மயிர்
1154. இலந்தம்பழம்
1155. நாய்
1156. தேன்கூடு
1157. குழி
1158. யானை
1159. கோணிப்பை
1160. மாதுளம்பழம்
1161. மரம், கரி, நெருப்பு
1162. அட்டை
1163. கத்தரிக்காய்
1164. ஊசியும் நூலும்
1165. நாள்காட்டி
1166. அலாரம்
1167. புடலங்காய்
1168. குதிரை
1169. தலை, பேன்
1170. வானம்
1171. அடுப்பு
1172. மூக்கு
1173. தேள்
1174. பிணம்
1175. அத்திமரம்
1176. சாம்பல்
1177. நெற்பயிர்
1178. மான்கொம்பு
1179. மத்து
1180. அந்தமான்
1181. வாழைப்பூ
1182. இலவமரம்
1183. சிலந்தி
1184. கருவாடு
1185. சுருட்டு
1186. தீபம்
1187. சாம்பிராணி
1188. சொந்தம்
1189. அப்பளம்
1190. கடல் அலை
1191. எலுமிச்சம் பழம்
1192. சட்டை
1193. இசைத்தட்டு
1194. சோளம்
1195. கால்மெட்டி
1196. வெங்காயம்
1197. தஞ்சாவூர்ப் பொம்மை
1198. மூங்கில்

1199. அணில்
1200. அணில்
1201. ஆறு
1202. சப்பாத்தி
1203. தவளை
1204. நீர்க்குமிழி
1205. தவில்
1206. அத்திமரம்
1207. வேர்கடலை
1208. ஆவரங்காய்
1209. கைத்தடி
1210. கண்இமை
1211. பாம்பு
1212. நிழல்
1213. பூதக்கண்ணாடி
1214. கண், கைவிரல்கள், வாய்
1215. தீக்குச்சி
1216. சித்திரத்தை, சாம்பிராணி
1217. ஆட்டுக்கல்
1218. உமி
1219. தண்ணீர்
1220. புகை
1221. கட்டில்
1222. மின்னல்
1223. உப்பு
1224. இளநீர்
1225. நகங்கள்
1226. கரும்பு
1227. விளக்கு
1228. சுண்ணாம்பு
1229. சோப்பு
1230. உப்புக்கல்
1231. எள்செடி
1232. செருப்பு
1233. தையற்காரன்
1234. குன்றிமுத்து
1235. சாதமும் அகப்பையும்
1236. கரியும் தீக்கொழுந்தும்
1237. பிள்ளைக்கனி
1238. காளான்
1239. துடைப்பம்
1240. தேன்கூடு
1241. நாகப்பழம்
1242. போலீஸ்காரன்
1243. பேனா
1244. பச்சை குத்தினது
1245. நெருப்பு
1246. சாலை
1247. தலைமுடி
1248. மரம், கரி, நெருப்பு
1249. பஞ்சு
1250. துடைப்பம்
1251. வெப்பம்
1252. நல்லபாம்பு
1253. தேங்காய்
1254. பணம்
1255. கேமரா
1256. வெட்டுக்கிளி
1257. ஈசல்
1258. தண்ணீர்க்குழாய்

1259. கடிகார முட்கள்
1260. காற்று
1261. நிலம்
1262. முதுகு
1263. கொடி
1264. தவளை
1265. முருங்கைக்காய்
1266. வௌவால்
1267. தீக்குச்சி
1268. புத்தகம்
1269. வேர்கடலை
1270. சோளக்கதிர்
1271. விமானம்
1272. வியர்வை
1273. ஓடு
1274. கருக்கரிவாள்
1275. இரயில்
1276. கிளி
1277. நாக்கு
1278. தேங்காய்
1279. பேனா
1280. தீ
1281. தமுக்கு
1282. தந்தி
1283. மின்னல்
1284. புத்தகம்
1285. எறும்பு
1286. முள்
1287. பேன்
1288. ஆமை
1289. வயிற்றுப்பிள்ளை
1290. பருத்திக்காய்
1291. வறுமைக்கோடு
1292. செருப்பு
1293. இலவங்காய்
1294. பேன்
1295. தங்கம்
1296. மாங்காய்
1297. சுள்ளி
1298. சூரிக்காய்
1299. பாம்பு
1300. சப்பாத்திக்கள்ளி
1301. வாழைப்பழம்
1302. தபால்பெட்டி
1303. வானஊர்தி
1304. கட்டில்
1305. ஈ
1306. பாம்பு, தவளை, நண்டு
1307. கத்தரிச்செடி
1308. காளான்
1309. வானம்
1310. ஏர் உழும் மனிதன், இரண்டு காளைகள்
1311. ஈ
1312. மீன்
1313. சேவல்
1314. முள்
1315. சூரியன்
1316. திரிகை
1317. நூலினால்

1318. முட்டை
1319. தவளை
1320. நம் தேசியக் கொடி
1321. பலூன்
1322. தலைமுடி
1323. வெற்றிலை – பாக்கு – சுண்ணாம்பு
1324. மழைத்துளிகள்
1325. ஊமத்தம்பூ
1326. மான் கொம்பு
1327. இளநீர்
1328. பேன்
1329. பிடுங்கித் தின்ன
1330. கத்தரிக்காய்
1331. பூட்டுச்சாவி
1332. பட்டாம்பூச்சி
1333. நாக்கு
1334. ஊசியும் நூலும்
1335. பணியாரம்
1336. தேங்காய்
1337. வேர்க்கடலை
1338. போகணி
1339. கருக்கரிவாள்
1340. மூட்டைப்பூச்சி
1341. மின்னல்
1342. கீரைவிதை
1343. நீர், மண்வெட்டி, சோளக்கதிர், மிளகாய்
1344. சோளம்
1345. தூக்கணாங்குருவிக் கூடு
1346. சுண்ணாம்பு
1347. காய வைக்கும் துணி
1348. சுண்ணாம்பு
1349. தேள்
1350. கேழ்வரகு
1351. புழுங்கல், முருங்கை, தாமரை இலை
1352. செருப்பு
1353. தேள்
1354. செக்கு
1355. பேனா
1356. நுங்கு
1357. கப்பல்
1358. உள்ளங்கை
1359. புத்தகம்
1360. கிளி
1361. வெங்காயம்
1362. குடை
1363. பேன்
1364. குடை
1365. பனைமரம்
1366. கரும்பலகை, சாக்கட்டி
1367. கருவிழி
1368. சீப்பு
1369. கருவண்டு
1370. நாமம்
1371. தாத்தா
1372. மண்குடம்
1373. நடைவழிப்பாதை
1374. வாழை இலை

1375. தேங்காய்
1376. நாவற்பழம்
1377. மழை
1378. நெருப்பு
1379. தாழம்பூ
1380. முருங்கை
1381. வெற்றிலை
1382. துடைப்பம்
1383. பனங்காய்
1384. எறும்பு
1385. கட்டெறும்பு
1386. அணில்
1387. இஸ்திரிப் பெட்டி
1388. மரத்தின் அடியில் கிடக்கிறது
1389. சாம்பிராணி
1390. எலுமிச்சம்பழம்
1391. எதிரொலி
1392. ஊசி
1393. கடிகாரம்
1394. ஊமத்தங்காய்
1395. பனங்கிழக்கு
1396. தென்னம்பிள்ளை
1397. கருணைக்கிழங்கு
1398. மூக்கினுள் முடி
1399. சாம்பிராணி
1400. கண்கள்
1401. செருப்பு
1402. மின்னல், இடி
1403. மிளகாய்
1404. அடுப்பு
1405. கர்ப்பத்தனின்று பிரசவிக்கும் குழந்தை
1406. படி
1407. தீ
1408. குளத்து மீன்கள்
1409. முள்ளு
1410. பட்டுப்பூச்சி
1411. தீபம்
1412. தேங்காய்
1413. பருத்திக்கொட்டை
1414. ஊசி நூல்
1415. வெண்டைக்காய்
1416. முள்
1417. புத்தகம்
1418. கண் இமை
1419. மீன்
1420. மிளகாய்
1421. தூக்கணாங்குருவி
1422. கைவிளக்கு
1423. உலர்ந்தமிளகாய்
1424. காப்பிச்செடி
1425. எண்ணெய்ப் பலகாரம்
1426. தேங்காய்
1427. பனம்பழம்
1428. பட்டுப்பூச்சி
1429. சுதந்திரம்
1430. சேவல்
1431. செக்கு
1432. பலாப்பழம்

1433. வாழைப்பழம்
1434. வேப்பமரம்
1435. எள்ளுக்காய்
1436. எலிப்பொறி
1437. பூரி
1438. தேங்காய்
1439. அண்ணாசாலை
1440. அடுக்குப்பானை
1441. சட்டி
1442. சுரைக்காய்
1443. கதவு
1444. விளக்குமாறு
1445. பலாப்பழம்
1446. பலாப்பழம்
1447. நாக்கு
1448. கருக்கரிவாள்
1449. முக்காடு
1450. நத்தை
1451. சோளம்
1452. ஆமணக்கு
1453. சோறு, நுரை
1454. வெற்றிலை, பாக்கு, சுண்ணாம்பு
1455. பல்
1456. எருக்கம்பூ
1457. மழை
1458. சொந்தம்
1459. முருங்கைக்காய்
1460. பருத்திக்காய்
1461. கண்
1462. சோளக்கதிர்
1463. தேங்காய்
1464. உப்பு
1465. பனம்பழம்
1466. திருவள்ளுவர்
1467. மின்விசிறி
1468. விளக்கு
1469. ஊசி
1470. நாக்கு
1471. இடுப்பில் குழந்தையுடன், கர்ப்பிணிப்பெண்
1472. அகப்பை
1473. வேர்கடலை
1474. வாழைப்பழம், வாழை இலை
1475. நெற்பயிர்
1476. தலைமுடி
1477. மூக்குமுடி
1478. நாக்கு
1479. நாக்கு
1480. மீன்
1481. மழை
1482. நார்க்கட்டில்
1483. நாக்கு
1484. பரிசில்
1485. ஆகாய விமானம்
1486. துருவல் பலகை
1487. ஊசி
1488. பூசணிக்காய்
1489. மின்னல், இடி

1490. சாரம்
1491. மிளகாய்
1492. சோப்பு
1493. தவளை
1494. ரம்பம்
1495. காளான்
1496. மெழுகுவர்த்தி
1497. பலாப்பழம்
1498. செங்கல்
1499. குன்றிமணி
1500. இலந்தைப்பழம்
1501. வட்டமிட்டு
1502. மிளகாய்
1503. கருவாடு
1504. கண்ணாடி
1505. வெள்ளாடு, செம்மறியாடு, எருமை, பசு
1506. தேங்காய்
1507. கேப்பை
1508. கோழிக்குஞ்சு
1509. தேங்காய்
1510. மிளகாய்
1511. பானைசட்டி
1512. தேள்
1513. சேவல் கொண்டை
1514. சர்க்கரை வள்ளிக்கிழங்கு
1515. உப்பு
1516. பாம்பு
1517. குன்றிமணி
1518. வடை சுடுதல்
1519. வெங்காயம்
1520. தொலைபேசி
1521. அகப்பை
1522. நாக்கு
1523. வான், நிலா, விண்மீன்
1524. நத்தை
1525. கப்பல்
1526. கொசு
1527. செருப்பு
1528. தாழம்பூ
1529. மாதுளம்பழம்
1530. காது
1531. வான், நிலா, விண்மீன்
1532. பென்சில்
1533. மான்கொம்பு
1534. மெழுகுவர்த்தி
1535. உயரம்
1536. முருங்கைக்காய்
1537. சீட்டுக்கட்டு
1538. பூ
1539. தலைமுடி
1540. தென்னைமரம்
1541. கொந்தாளம்
1542. சோளம்
1543. குழந்தை சுமை
1544. சோளம்
1545. இலை
1546. கடல்
1547. கண்கள்
1548. ரூபாய்

1549. காகிதத்தில் மை கொண்டு எழுதி, படிப்பதாகும்
1550. தாமரை
1551. தேங்காய்
1552. கடிகாரம்
1553. குயவன் சக்கரமும், சூளையும்
1554. மூட்டைப்பூச்சி
1555. வடை
1556. எள்
1557. தேங்காய்
1558. நல்லெண்ணெய்
1559. மூக்கு
1560. சாமரம்
1561. கடலலை
1562. விளக்கு
1563. பட்டம்
1564. கத்தரிக்காய்
1565. சாம்பல்
1566. தபால்பெட்டி
1567. புன்னகை
1568. மீன்
1569. கோலம்
1570. தொழிற்சாலைச்சங்கு
1571. தஞ்சாவூர் பொம்மை
1572. கண்ணிமை
1573. எச்சில், இலை
1574. காளான்
1575. மூக்கு
1576. குடை
1577. மின்னல்
1578. விளக்குமாறு
1579. வாழை
1580. மண்ணெண்ணெய்
1581. விடைக்காக
1582. இலை
1583. பல்லாங்குழி
1584. செருப்பு
1585. கிணறு
1586. உறி
1587. டார்ச்லைட்
1588. முல்லை
1589. முட்டை
1590. மூக்கு
1591. காமிரா
1592. இறால் மீன்
1593. கடல்
1594. நாக்கு
1595. டேப்ரிக்கார்டர்
1596. மோர்மத்து
1597. பூட்டுசாவி
1598. நெருப்பு
1599. வானம்
1600. தாலிக்கயிறு
1601. காலிபிளவர்
1602. கிணறு
1603. மெழுகுவர்த்தி
1604. தாழம்பூ
1605. மின்னல்
1606. காகம்

1607. தண்ணீர்
1608. நெருஞ்சி
1609. கோலம்
1610. வகிடு
1611. தண்ணீர்
1612. வாக்கு
1613. தீக்குச்சி
1614. விடுகதை
1615. முள்
1616. மழை, பருத்தி, உப்பு
1617. மெழுகுவர்த்தி
1618. கொக்கு
1619. புகை
1620. சவுக்கு மரம்
1621. சூரியன்
1622. பலாப்பழம்
1623. தென்னை மரம்
1624. கேமரா
1625. கரும்பு
1626. கல்வி
1627. அத்தி
1628. வெள்ளைப்பூண்டு
1629. சோளக்கதிர்
1630. யானைத் தந்தம்
1631. காகம்
1632. பட்டம்
1633. தோசை
1634. குயில்
1635. உளுந்து
1636. கண்
1637. தாம்பூலம்
1638. தாம்பூலம்
1639. ஈறு
1640. தேள்
1641. வானம், மேகம், இடி, மின்னல், செடி, கொடி, மரம்
1642. ஈச்சம்பழம்
1643. தேள்
1644. வெற்றிலை, பாக்கு, சுண்ணாம்பு
1645. நத்தைக்கூடு
1646. மருதம், தருமம்
1647. கோவில்
1648. விஷ்ணு
1649. நத்தை
1650. திருவல்லிக்கேணி
1651. வெற்றிலை, பாக்கு, சுண்ணாம்பு
1652. முட்டை
1653. பலாக்கனி
1654. பனங்காய்
1655. பட்டு
1656. வீடு
1657. வாழைத்தார்
1658. கைப்பெருவிரல்
1659. விளக்குத்திரி
1660. தாமரை இலை
1661. சுண்ணாம்பு
1662. தேன்கூடு

1663. அடுப்பு
1664. எண்ணெய்
1665. தேன்சிட்டு
1666. தொட்டில்
1667. செக்கு
1668. பேன்
1669. தேங்காய்
1670. சாம்பிராணி
1671. மிருதங்கம்
1672. பேனா
1673. தலைமுடி
1674. பொய்
1675. மயிர்
1676. வாழை
1677. வெண்டைக்காய்
1678. தேன்கூடு
1679. வாழைமரம்
1680. அம்பு
1681. குடை
1682. தோசை
1683. நிலா
1684. குதிரை
1685. பற்கள்
1686. பல்
1687. மழை
1688. வெற்றிலை மெல்லல்
1689. மோதிரம்
1690. பாவு
1691. கோணிப்பை
1692. தண்டோரா
1693. இசைத்தட்டு
1694. தேன்கூடு
1695. தேள்
1696. மீன்
1697. தீபாவளி
1698. செல்வமும் வறுமையும், புகழும் பழியும், மானமும் உயிரும்
1699. சிலந்தி
1700. செருப்பு
1701. ஆமை
1702. சந்திரன்
1703. சூரியன்
1704. தென்றல், காற்று, புயல்
1705. தேன்
1706. தேன்கூடு
1707. சுண்ணாம்பு
1708. தேன்கூடும், தேனும்
1709. வயிறு
1710. கள்ளிக்கோட்டை மண்
1711. சோப்புக்குமிழி
1712. நத்தை
1713. கோலம்
1714. மேகம்
1715. மழை
1716. சீப்பு
1717. தர்பூசணிப்பழம்
1718. புளியம்பழம்
1719. எருக்கிலை
1720. குத்துவிளக்கு

1721. சல்லடை
1722. கரும்பலகை, எழுத்து
1723. வானவில்
1724. செருப்பு
1725. பல்பு
1726. கோழி
1727. மருதாணி
1728. ஆவணி
1729. விரல்கள்
1730. காஷ்மீர்
1731. அடுப்பு
1732. பெருச்சாளி
1733. வெங்காயம்
1734. பூட்டு
1735. மரம்
1736. நெல்
1737. கடிகாரம்
1738. தராசுத்தட்டு
1739. தீப்பெட்டியும், குச்சியும்
1740. தேர்தல் வரும்போது
1741. தேர்தலின்போது ஓட்டு வாங்குவதற்காக
1742. வழிப்பாதை
1743. கீரைப்பாத்தி
1744. பூசணிக்காய்
1745. வீட்டின் கூரை
1746. மின்னல்
1747. கொசு
1748. கடல்கன்னி
1749. ஆமணக்கு
1750. வாழைப்பூ குருத்து
1751. அடுக்கு டிபன் பாக்சும், உணவும்
1752. எட்டையாபுரம்
1753. வௌவால்
1754. கால்கள், கண்கள், காதுகள், கைகள்
1755. கால் இல்லாதவன், பாம்பு, கால் உள்ளவன் தவளை, தலை இல்லாதவன் நண்டு
1756. கண்கள்
1757. காற்றாடி
1758. மழை
1759. தங்கம்
1760. மத்து
1761. தராசு
1762. வானவூர்தி
1763. வாழைப்பூ
1764. வெண்சாமரம்
1765. தேள்
1766. உப்பு
1767. விளாம்பழம்
1768. உப்பு, பருத்தி
1769. தேங்காய்
1770. ஆலக்கீரை
1771. பொரி
1772. பச்சைக்கிளி
1773. நிலா
1774. சீப்பு

1775. தலைமயிர் எண்ணிக்கை
1776. பென்சில்
1777. நாக்கு
1778. ஆமணக்கு
1779. வானொலி
1780. ரம்பம்
1781. இனிப்பு, பொறுப்பு, கசப்பு
1782. நத்தை
1783. வருஷம், மாதம், நாட்கள், அமாவாசை, பௌர்ணமி
1784. இட்லி
1785. செக்கு
1786. பகுத்தறிவு
1787. சூரியன்
1788. பச்சைக்கிளி
1789. ஊசி
1790. சூரியன்
1791. தாமரைப்பூ, சூரியன்
1792. மின்சாரம்
1793. சோளம்
1794. மரம்
1795. பலாப்பழம்
1796. கண்ணாடி
1797. மதுரை
1798. நெருஞ்சி முள்
1799. ஆமை
1800. வெங்காயம்
1801. கண்
1802. சாத்துக்குடிப்பழம்
1803. தம்பி
1804. கதலி
1805. ஆவணி
1806. அடுப்பு
1807. சட்டை
1808. அருவி
1809. நெருஞ்சி முள்
1810. ரூபாய்
1811. நாக்கு
1812. முருங்கைக் கிளை
1813. உயிர், நிழல்
1814. இரவு, பகல், இளமைப் பருவம், உயிர்
1815. நிழல்
1816. செருப்பு
1817. தேங்காய்
1818. பாம்பு
1819. திரிகை
1820. கண்ணாடி
1821. மீன், தீ
1822. உடுக்கை
1823. வாழை
1824. வசந்தம்
1825. வயது
1826. ஈசல்
1827. கிளி
1828. வெற்றிலை
1829. ஓணான், தவளை
1830. சுண்ணாம்பு
1831. முதலை
1832. சித்திரை

1833. வாழைப்பூ
1834. அணில்
1835. நாயுருவி
1836. பருத்திக்கொட்டை
1837. மனம், குழந்தை
1838. குன்றியமணி
1839. நெல், அரிசி, சாதம்
1840. வெண்ணெய்
1841. வெங்காயம்
1842. மஞ்சள்
1843. தேங்காய்
1844. சாம்பிராணி
1845. பரங்கிக்காய்
1846. வயிறு
1847. புகையிலை
1848. தாலிச்சரடு
1849. பூசணிப்பூ
1850. சொட்டான்
1851. நெல்
1852. வாழை
1853. கடுகு
1854. வேர்கடலை
1855. வேர்க்கடலை
1856. வலை
1857. புழு
1858. விளக்கு
1859. படகு
1860. பட்டாணி
1861. தேங்காய்
1862. பல்
1863. அகப்பை
1864. வாழை
1865. அடுப்பு
1866. நெல்தாள்
1867. கள்ளி
1868. சூரியன்
1869. தென்றல்
1870. சீட்டுக்கட்டு
1871. புத்தகம்
1872. தலை, மூளை, மயிர், பேன்
1873. மணிக்கூண்டுக் கடிகாரம்
1874. பட்டாசு
1875. சரோஜா
1876. ஆலைச்சங்கு
1877. முள்ளங்கி
1878. கண் இமைகள்
1879. தவளை
1880. வரைபடம்
1881. தேங்காய்
1882. மேகம்
1883. எழுத்து
1884. நிதானம்
1885. செய்தித்தாள்
1886. நட்சத்திரம்
1887. தாம்பூலம்
1888. மழை
1889. நத்தைக்கூடு
1890. வெண்ணெய்

1891. மூட்டைப்பூச்சி
1892. கடிகாரம்
1893. சிரிப்பு
1894. கொழுக்கட்டை
1895. மின்னல்
1896. மெழுகுவர்த்தி
1897. இடி
1898. வாழை
1899. கள்ளி
1900. நிழல்
1901. சைக்கிள்
1902. நெருப்பு
1903. மேகம், விண்மீன், திங்கள்
1904. ஓட்டை
1905. உப்பு
1906. அம்மிக்குழவி
1907. அம்மிக்குழவி
1908. நகைச்சுவை
1909. உப்பு
1910. தேங்காய்
1911. தேங்காய்
1912. முத்துச்சிப்பி, முத்து
1913. பால், தயிர், வெண்ணெய்
1914. டியூப் லைட்
1915. துவரங்குச்சி, துவரம்பருப்பு
1916. தை, ஆடி
1917. தென்னை மரம்
1918. வைக்கோல், நெல்
1919. தேள்
1920. பிணம்
1921. அம்மி
1922. வாய்வு
1923. முந்திரிப் பருப்பு
1924. பசுவின் மடி
1925. வாழைப்பூ
1926. வாளை மீன்
1927. டேப் ரெகார்டர்
1928. தூக்கம்
1929. அணில்
1930. ஏர் உழும் மாடுகள், உழவன்
1931. குடை
1932. ஈச்சம்பழம்
1933. உடும்பு
1934. மூட்டைப்பூச்சி
1935. கம்ப்யூட்டர்
1936. ரிப்பன், அந்தமான்
1937. தூக்கணாங் குருவிக்கூடு
1938. கொழுக்கட்டை
1939. அடுப்பு, நெருப்பு, கரி, சாம்பல்
1940. கற்பனை, சாக்கடை
1941. காளான்
1942. பாம்பு
1943. நாக்கு
1944. சினிமா
1945. கண்கள், நகக்கண்கள்
1946. சுதர்சனன்
1947. வியர்வை

1948. பனைமரம்
1949. சூரியன்
1950. கோலம்
1951. தீ
1952. மின்மினிப்பூச்சி
1953. முள் இடுக்கி
1954. மெழுகுவர்த்தி
1955. மத்து
1956. கோழி
1957. குடை
1958. சட்டி பானை
1959. வெடி
1960. தேன்கூடு
1961. நங்கூரம்
1962. சோப்பு
1963. சோம்பல்
1964. இயந்திரம்
1965. தலை, மயிர், பேன்
1966. கடிகாரமுள்
1967. கால்பந்து
1968. கண்ணிமை
1969. நெருப்புக் கோழி
1970. கண்ணாடி
1971. வெங்காயம்
1972. மனிதன்
1973. அடுப்பு, நெருப்பு, கரி, சாம்பல்
1974. வரகரிசி
1975. பல்லாங்குழி
1976. வடக்கயறு
1977. சூரியன்
1978. உள்ளங்கை
1979. அணில்
1980. உள்ளங்கை
1981. கோலம்
1982. பட்டாம்பூச்சி
1983. கொழுக்கட்டை
1984. நிலா
1985. பற்கள்
1986. நிலா
1987. பூனை
1988. குழந்தை
1989. மிளகாய்ப்பழம்
1990. நத்தை
1991. தாம்பூலம்
1992. ஆடு, தவளை, மத்தளம்
1993. வைக்கோல், நெல்
1994. மாதுளம் பழம்
1995. கோழிக்குஞ்சு
1996. ஊசியும், நூலும்
1997. கண்ணீர்
1998. தந்தி
1999. ஏற்றம்
2000. மரமும், வௌவாலும்
2001. எறும்பு
2002. தாமரைப்பூ
2003. குளிர்
2004. பெருச்சாளி
2005. கோவைப்பழம்
2006. மயில்

2007. கிளுவைமரம்
2008. பஞ்சாமிர்தம்
2009. நெற்பயிர்
2010. அத்திப்பழம்
2011. நட்சத்திரம், மேகம், சந்திரன்
2012. மஞ்சள்
2013. பெட்ரோல்
2014. மான்கொம்பு
2015. தேங்காய்
2016. தீப்பெட்டி
2017. சேவல்
2018. தேன்
2019. கண்
2020. பனி
2021. துடைப்பம்
2022. ஆண்டு
2023. பூசணிக்காய்
2024. வெற்றிலை, புகையிலை, பாக்கு, சுண்ணாம்பு
2025. கிழிசல்
2026. காது
2027. பாம்பு
2028. வானம்
2029. நட்சத்திரம்
2030. வெடிமுத்து
2031. தபால்பெட்டி
2032. திராட்சை
2033. ஆப்பிள்
2034. எறும்பு
2035. அருவி
2036. எதிரொலி
2037. கோபுரம்
2038. விரல்கள்
2039. டேப்ரிக்கார்டர்
2040. கொண்டை
2041. குருவிக்கூடு
2042. கண்ணிமை
2043. கிணறு
2044. புல்லாங்குழல்
2045. கரும்பு
2046. முத்து
2047. உமி
2048. வண்டி
2049. வேர்க்கடலை
2050. வளையல்

***

www.ingramcontent.com/pod-product-compliance
Lightning Source LLC
LaVergne TN
LVHW040429051026
849517LV00002B/519
9789394782013